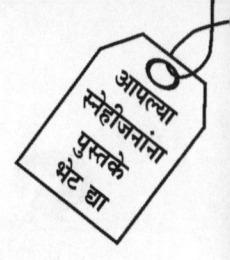

|| छत्रपती संभाजी ||

ए क   चि कि त्सा

डॉ. जयसिंगराव भाऊसाहेब पवार

मेहता पब्लिशिंग हाऊस

Please contact us at **Mehta Publishing House,** 1941, Madiwale Colony, Sadashiv Peth, Pune 411030.
✆ +91 020-24476924 / 24460313
Email : info@mehtapublishinghouse.com
production@mehtapublishinghouse.com
sales@mehtapublishinghouse.com
Website : www.mehtapublishinghouse.com

CHATRAPATI SAMBHAJI : EK CHIKITSA by
DR. JAYSINGRAO PAWAR

छत्रपती संभाजी : एक चिकित्सा / संशोधनात्मक

© डॉ. जयसिंगराव भाऊसाहेब पवार

'शिवतेज' १०८, साने गुरुजी वसाहत, राधानगरी रोड,
कोल्हापूर - ४१६०१२ ✆ (०२३१) २३२२६४२

प्रकाशक : सुनील अनिल मेहता, मेहता पब्लिशिंग हाऊस,
१९४१, सदाशिव पेठ, माडीवाले कॉलनी, पुणे - ४११०३०

मुखपृष्ठ : चंद्रमोहन कुलकर्णी

प्रकाशनकाल : २४ एप्रिल, २००५ /
मेहता पब्लिशिंग हाऊस यांची सुधारित द्वितीयावृत्ती : मार्च, २०१८

P Book ISBN 9789387789173
E Book ISBN 9789387789180
E Books available on : play.google.com/store/books
www.amazon.in

क्षत्रियकुलावतंस
श्री शाहू छत्रपती महाराज,
कोल्हापूर.....
यांसी आदरपूर्वक अर्पण

दोन शब्द...

स. १९८९ साली छत्रपती संभाजी महाराजांच्या हौतात्म्याची त्रिशताब्दी सर्व महाराष्ट्रात अनेक ठिकाणी विविध प्रकारे साजरी करण्यात आली. त्या निमित्त रत्नागिरी, कोल्हापूर जिल्ह्यांमधील इतिहासप्रेमी मंडळींनी 'छत्रपती संभाजी स्मारक मंडळ' नावाची एक संस्था स्थापन केली होती. त्रिशताब्दीच्या निमित्ताने संभाजी महाराजांच्या कार्याचे स्मरण व्हावे आणि भावी पिढ्यांसाठी ते मार्गदर्शक ठरावे, या उद्देशाने संस्थेने महाराजांच्या नावाने एक बृहद् स्मारक ग्रंथ संपादन करण्याची जबाबदारी आमच्यावर सोपविली आणि आम्ही ती दीड वर्षाच्या परिश्रमानंतर आमच्या परीने पार पाडली.

साडेसहाशे पानांच्या, पन्नासहून अधिक लेख असलेल्या या ग्रंथाचे - छत्रपती संभाजी स्मारक ग्रंथाचे प्रकाशन १९९० साली कोल्हापुरात थोर पंडित तर्कतीर्थ लक्ष्मणशास्त्री जोशी यांच्या हस्ते वैभवशाली समारंभाने पार पडले. संभाजी महाराजांवर आतापर्यंत ज्यांनी ज्यांनी लिखाण केले आहे, त्यांचे त्यांचे लिखाण प्रातिनिधिक स्वरूपात का होईना पण या ग्रंथामध्ये यावे, असा आमचा प्रयत्न होता. त्यामुळे संभाजी कालातील साकी मुस्तैदखान, खाफीखान यांसारख्या औरंगजेबाच्या चरित्रकारांपासून आधुनिक काळातील वा. सी. बेंद्रे, कमल गोखले यांच्यासारख्या संभाजी महाराजांच्या चरित्रकारांपर्यंत अनेक इतिहास-लेखकांचे लेख उपरोक्त ग्रंथात समाविष्ट केले गेले. अनेक दुर्मिळ व महत्त्वाची चित्रे व कागदपत्रेही त्यासोबत प्रसिद्ध केली गेली. त्रिशताब्दीच्या निमित्ताने या ग्रंथाच्या रूपाने संभाजी महाराजांचे खरेखुरे वाङ्मयीन स्मारक तयार झाले, याचे आम्हास अपूर्व समाधान झाले.

स्मारक-ग्रंथ प्रकाशित झाल्यावर तो इतका लोकप्रिय झाला की, त्याची आवृत्ती एक वर्षाच्या आत संपली व तो अल्पावधीतच दुर्मिळ सदरात जाऊन बसला. या ग्रंथास आम्ही शंभर पानांची चिकित्सात्मक प्रस्तावना लिहिली होती. ही प्रस्तावना म्हणजे या स्मारक-ग्रंथाचे एक खास वैशिष्ट्य होय, अशा प्रकारची दाद अनेक इतिहास समीक्षकांकडून आम्हास मिळाली. इतिहासप्रेमींकडूनही या ग्रंथाची मागणी

सतत होत राहिली आहे. विशेषत: हा ग्रंथ पुनर्मुद्रित करणे शक्य नसेल तर निदान त्याची प्रस्तावना तरी स्वतंत्र पुस्तक रूपाने पुनर्प्रकाशित करावी, अशी अनेकांची सूचना होत राहिली आहे. प्रस्तुतचा ग्रंथ म्हणजे या सूचनेचीच एक प्रकारची अंमलबजावणी आहे.

प्रस्तावना स्वतंत्रपणे ग्रंथरूपाने देण्याचे ठरविल्यानंतर तिच्या आकृतिबंधात थोडा फरक करावा लागला आहे. तिची प्रकरणवार विभागणी करून प्रत्येक प्रकरणामध्ये उपशीर्षकांची योजना केली आहे. मूळ मजकुरात जिथे इंग्रजी अवतरणे होती, तिथे त्या अवतरणांचा मराठी भावार्थही दिला आहे; तसेच आवश्यकतेनुसार नव्या मजकुराची भरही टाकली आहे.

हे रूढार्थाने संभाजी महाराजांचे चरित्र नाही. ही संभाजी चरित्राची कागदपत्रांच्या आधारे केलेली चिकित्सा आहे. म्हणूनच संभाजी महाराजांची निर्माण झालेली (की केलेली?) विकृत प्रतिमा, तिची कारणमीमांसा, युवराज संभाजीराजांची जडणघडण, त्यांचा पित्याशी झालेला संघर्ष, त्यांच्यावरील दुर्वर्तनाचे आरोप व त्याची शहानिशा, रायगडावरील सोयराबाई व प्रधानांची कटकारस्थाने, त्यांना झालेल्या शिक्षा आणि शेवटी संभाजी महाराजांची कैद व हत्या अशा संभाजी चरित्रातील अनेक वादग्रस्त विषयांची चर्चा येथे अधिक खोलात जाऊन केली आहे. विशेषत: युवराज संभाजीराजे आपल्या पित्यावर रुसून शत्रूच्या गोटात का सामील झाले, या अत्यंत संवेदनशील घटनेवर नवा प्रकाश टाकण्याचा व या रहस्याचा भेद करण्याचा आमच्या परीने आम्ही प्रयत्न केलेला आहे.

तसे पाहिले तर संपूर्ण मराठा इतिहासात, शिवछत्रपतींचा अपवाद सोडता संभाजी महाराजांइतका साहसी, पराक्रमी, स्वातंत्र्यप्रेमी, स्वाभिमानी व सुसंस्कृत असा दुसरा छत्रपती झाला नाही. मराठ्यांचा हा राजा संस्कृतज्ञ होता. त्याला राजनीतिशास्त्र, शृंगारशास्त्र, अध्यात्मशास्त्र अशा अनेक विषयांत गती होती. त्याचा 'बुधभूषणम्' हा संस्कृतमधील राजनीतिपर ग्रंथ, 'नायिकाभेद' व 'नखशिख' हे हिंदी (ब्रज) भाषेतील शृंगारशास्त्रावरील ग्रंथ व 'सातसतक' हा अध्यात्मशास्त्रावरचा ग्रंथ अशी त्यांची ग्रंथसंपदा त्यांची सांस्कृतिक उंची वाढविणारी ठरते. अशा विद्वान, रसिक, राजनीतिज्ञ व अध्यात्मवादी राजाची महाराष्ट्राने बराच काळ उपेक्षाच नव्हे तर अवहेलना केली, याचे आता येथून पुढच्या भावी पिढ्यांना आश्चर्य वाटल्यावाचून राहणार नाही! जीवनाच्या अंतिम क्षणी या राजाने आपल्या आत्मतेजाचा व मराठी अस्मितेचा जो अपूर्व आविष्कार घडविला, तो पाहून आजवरच्या नाटककारांनी, कादंबरीकारांनी व सिनेमावाल्यांनी या राजाची घोर विटंबनाच केली, असेही त्यांना वाटल्यावाचून राहणार नाही!

सुदैवाने गेल्या ४०/४५ वर्षांत वा. सी. बेंद्रे, डॉ. कमल गोखले आणि अगदी

अलीकडे डॉ. सदाशिव शिवदे यांसारख्या इतिहासकारांनी व शिवाजीराव सावंत यांच्या सारख्या साहित्यिकांनी आपल्या लिखाणाने संभाजी महाराजांच्या व्यक्तिमत्त्वाची विधायक बाजू मराठी वाचकांसमोर ठेवण्याचे महनीय कार्य केले आहे. त्यामुळे संभाजी महाराजांची खरीखुरी ऐतिहासिक प्रतिमा जनमानसांत रुजण्यास हातभार लागत आहे, ही एक समाधानाची बाब म्हटली पाहिजे.

तथापि, संभाजी महाराजांच्या संदर्भात सामाजिकदृष्ट्या चिंता वाटणारी एक गोष्ट सातत्याने दृष्टोत्पत्तीस येत असते. ती म्हणजे समाजातील हिंदुत्ववादी गट संभाजी महाराजांची प्रतिमा 'धर्मवीर' म्हणून रुजविण्याचा खास पद्धतशीर प्रयत्न करीत असतात. या प्रयत्नांमागे अनेक सामाजिक व राजकीय संदर्भ आहेत, हे जाणत्या वाचकांसमोर अधिक स्पष्ट करण्याची आवश्यकता नाही. तथापि, त्यांचे हे प्रयत्न इतिहासाला धरून नाहीत, हे कुणी तरी आता स्पष्टपणे पुढे मांडावयास हवे.

इतिहास हा ऐतिहासिक साधनांच्या आधारे लिहिला जातो. तत्कालीन पत्रव्यवहार, बखरी, प्रवास वृतांत, ताम्रपट इत्यादी गोष्टी ऐतिहासिक साधनांत मोडतात. त्यातही पुन्हा वर्गवारी येते. तत्कालीन पत्रव्यवहार व वृत्तान्त ही अधिक विश्वासार्ह व प्रथम दर्जाची साधने मानली जातात. त्या चर्चेत येथे पडण्याचे फारसे कारण नाही; पण एकाही तत्कालीन आणि प्रथम दर्जाच्या साधनांमध्ये संभाजी महाराजांनी धर्मासाठी मृत्यू पत्करल्याचे नमूद केलेले नाही. औरंगजेबाचा चरित्रकार साकी मुस्तैदखान हा संभाजी महाराजांना बादशाही छावणीत आणले तेव्हा हजर होता. तो संभाजी महाराजांच्या देहदंडाचा साक्षीदारच आहे. बादशहाकडून धर्मांतराचा प्रस्ताव मांडला गेला असता तर खात्रीनेच त्याने त्याचा आपल्या ग्रंथात उल्लेख केला असता; पण त्याच्या ग्रंथात तसा कुठे उल्लेख नाही.

औरंगजेबाचा दुसरा चरित्रकार ईश्वरदास नागर हा सांगतो की, बादशहाने आपला खास अधिकारी रूहुल्लाखान यास कैदेतील संभाजी महाराजांकडे पाठविले व त्याच्या मार्फत त्याने त्यांना दोनच प्रश्न विचारले. ते असे : १. "तुझे खजिने, जडजवाहिर आणि इतर संपत्ती कुठे आहे?" २. "बादशाही सरदारांपैकी कोण कोण तुझ्याशी पत्रव्यवहार करून संबंध ठेवीत होते?" येथे बादशहाने 'तू मुसलमान होत असशील तर जीवदान मिळेल;' असे म्हटल्याचे त्याने नमूद केलेले नाही.

संभाजी महाराजांकडे बादशहाने पाठविलेला तथाकथित धर्मांतराचा प्रस्ताव व त्यास संभाजी महाराजांनी 'तुझी बेटी देत असशील तर कबूल' असे जशास तसे तथाकथित उत्तर दिल्याची भाकडकथा शे-दीडशे वर्षांनी लिहिलेल्या मल्हार रामरावच्या बखरीसारख्या उत्तरकालीन बखरींत रंगविली गेली आहे. तत्कालीन कागदपत्रांत त्यास काडीचाही आधार नाही.

मल्हार रामरावाच्या बखरीप्रमाणे 'मराठी साम्राज्याची छोटी बखर' नावाचे एक चोपडे प्रसिद्ध आहे. या बखरकाराने तर, संभाजीराजे बादशहाच्या भेटीस दिल्लीस गेले आणि तेथे 'पातशाहांनी संभाजीकडे पाहिले. राजे उठोन मुजरा करोन उभे राहिले. उभयतांची मर्जी खुषवख्त असता सहजात बादशाहा बोलिले की, 'तू मुसलमान होतोस की काय?' राजाने ऐकून उत्तर दिले की, 'जहांपन्हा, तकसीर माफ। अपने बेटी बेगम पातशाहाजादी इनायत होय तो मय कबूल.।' असा जाबसाल पातशाहांनी ऐकून संभाजी राजे यांचे डोळे काढविले आणि चिणून टाकिले.' असे लिहिले आहे!

ज्या बखरकारास बादशहाने संभाजी महाराजांस कोठे मारले, हेही माहीत नाही, अशा गैर माहीतगाराच्या साक्षीच्या आधारावर विसंबून आम्ही संभाजी महाराजांना 'धर्मवीर' ठरविणार! आणि त्यांचा 'धर्मवीर' म्हणून जयघोष करण्यात आम्ही स्वत:ला धन्य समजणार!

मग इतिहासात संभाजी महाराजांची वास्तव प्रतिमा कोणती आहे? ती आहे 'स्वातंत्र्यवीर' संभाजी राजाची!

संभाजी महाराजांची कारकीर्द अवघी आठ-नऊ वर्षांची; पण केवढी संघर्षमय! घरीदारी शत्रू आणि सीमांवरही शत्रू! त्या सर्वांशी एकाच वेळी संघर्ष. अशा संघर्षातील दोन घटना पाहा.

पहिली घटना आहे जून-जुलै १६८२ ची. औरंगजेबाने स्वराज्याच्या सर्व सीमांतून आपल्या फौजा आत घुसविल्या व प्रखर हल्ले चढविले; पण संभाजी महाराजांनी तितकाच प्रखर प्रतिकार करून हे सर्व हल्ले परतवून लावले. मराठ्यांचे स्वराज्य हां हां म्हणता बुडवून टाकू, अशी उमेद धरून व घमेंड बाळगून दक्षिणेत आलेल्या औरंगजेबाला हा फार मोठा धक्का होता.

या संदर्भात इंग्रज आपल्या पत्रव्यवहारात लिहितात, "बादशहाला आलेल्या अपयशाने तो इतका चिडून गेला की, त्याने आपल्या डोक्यावरची पगडी त्राग्याने फेकून दिली असून, संभाजीराजाचा नायनाट केल्याशिवाय ती पुन्हा डोकीवर न घालण्याची त्याने शपथ घेतली आहे!"

दुसरी घटना आहे, पुढच्याच वर्षाच्या नोव्हेंबर महिन्यातील. स्वराज्याच्या दक्षिण टोकावर असलेल्या फोंडा किल्ल्यावर चाल करून आलेल्या पोर्तुगीज व्हाइसरॉयचा संभाजी महाराजांनी सपाटून पराभव केला आणि त्याला गोव्याकडे पळवून लावले! गोव्यापर्यंत त्याचा पाठलाग करून महाराजांनी पोर्तुगीजांचे जुवे बेट काबीज केले. आता पुन्हा व्हाइसरॉय जुवे बेटावर चालून आला. तेव्हा त्याला पुन्हा इतका जबरदस्त मार दिला की, त्याला पळता भुई थोडी झाली! कसाबसा तो आपल्या राजधानीत पोहोचला. संभाजी महाराजांची आता प्रत्यक्ष गोव्यावर स्वारी

होणार, हे स्पष्ट दिसू लागताच व्हाइसरॉयने सेंट झेवियरची शवपेटी उघडून त्याच्या पायाशी त्याने आपला राजदंड ठेवला आणि गोव्याचे रक्षण करावे म्हणून डोळ्यांत अश्रू आणून त्याने झेवियरची प्रार्थना केली!

तथाकथित धर्मांतरासाठी प्रत्यक्ष बादशहाच्या बेटीची मागणी करणारा 'धर्मवीर संभाजी' मोठा, की औरंगजेबालाही डोक्यावरची पगडी उतरवून लावणारा आणि पोर्तुगीज व्हाइसरॉयच्या डोळ्यांमध्ये अश्रू उत्पन्न करून सेंट झेवियरची प्रार्थना करावयास लावणारा 'स्वातंत्र्यवीर, रणवीर संभाजी' मोठा, असा सवाल विचारला गेला, तर 'स्वातंत्र्यवीर, रणवीर, बहादूर संभाजी'ची प्रतिमा इतिहासाला धरून आहे, हे स्पष्ट होते! खुद्द संभाजी महाराजांच्या व्यक्तित्वालाही ती न्याय देणारी ठरते! 'धर्मवीर संभाजी' ही संभाजी महाराजांची प्रतिमा काही समाजकारण्यांना व राजकारण्यांना साहाय्यक ठरत असली तरी इतिहासाला ती साहाय्यक ठरत नाही! आज समाजाला, देशाला; इतिहासात आपल्या कामगिरीने व आत्मबलिदानाने अमर झालेल्या 'स्वातंत्र्यवीर संभाजी'ची गरज आहे. इतिहासाचा हाच संदेश आहे. त्याकडे आम्ही दुर्लक्ष करू तर आम्हीच पुढे पस्तावू. असो.

— डॉ. जयसिंगराव पवार, कोल्हापूर

अनुक्रमणिका

संभाजीराजांची शोकान्तिका

इतिहासातील एक दुर्दैवी गोष्ट

शककर्ते छत्रपती शिवाजी महाराजांनी दक्षिणेत मराठ्यांचे 'हिंदवी स्वराज्य' स्थापन केले. या राज्याचे पहिले युवराज, मऱ्हाट देशीचा पहिला राजपुत्र, संभाजीराजे पुढे मराठ्यांचे दुसरे छत्रपती म्हणून राज्यावर आले. शिवछत्रपती हयात असतानाही युवराज म्हणून आणि गादीवर आल्यावर छत्रपती म्हणून संभाजीराजांची कारकीर्द मोठी वादळी ठरली. संघर्ष हा त्यांच्या वैयक्तिक व राजकीय जीवनाचा स्थायी भाव ठरला. त्यांच्या हयातीतही अनेक वाद उपस्थित झाले. एवढेच नव्हे तर त्यांच्या मृत्यूनंतरही त्यांच्याबद्दल वाद उपस्थित केले गेले. त्यांच्याबद्दल बहुधा प्रतिकूलच लिहिले गेले, प्रतिपादले गेले. त्यांच्या मृत्यूनंतर जे सत्तांतर झाले त्या कालखंडात त्यांची बाजू समर्थपणे मांडणारा असा कोणी राहिलाच नाही. त्यांच्याशी शत्रुत्व करणाऱ्या स्वकीयांनीही – मरणान्तानि वैराणि - हे साधे नीतितत्त्वही पाळले नाही. मराठ्यांच्या संपूर्ण इतिहासाकडे धावता दृष्टिक्षेप टाकला तरी हे सहजी लक्षात येते की, एक शिवछत्रपतींचा अपवाद सोडल्यास छ. संभाजी महाराजांइतका पराक्रमी, शूर व तेजस्वी व्यक्तित्व असलेला अन्य कुणी पुरुष सबंध छत्रपतींच्या घराण्यात झालेला नाही! संभाजी महाराजांच्या टीकाकारांचेही याबद्दल दुमत असण्याचे कारण नाही. छत्रपती घराण्यात संभाजी महाराजांनंतर राजाराम महाराज, शाहू महाराज (सातारा) आणि संभाजी महाराज (करवीर) असे तीन नाव घेण्यासारखे राज्यकर्ते होऊन गेले; पण पराक्रम, शौर्य, धाडस व स्वाभिमानी वृत्ती इत्यादी गुणांच्या संदर्भात यापैकी कुणी संभाजी महाराजांची उंची गाठू शकत नाही.

आश्चर्याची गोष्ट अशी की, ज्यास कधी 'शिवाजी' समजलाच नाही, ज्याने हाती तलवार घेऊन रणांगणावर कधी शूरत्व प्रकट केलेच नाही, ज्याने मोगलांच्या ताबेदारीतच जीवनाची इतिकर्तव्यता मानली आणि ज्याने आपल्या कारकिर्दीचा

शुभारंभच मुळी मराठ्यांचा कट्टर शत्रू औरंगजेब बादशहा याच्या खुल्दाबाद येथील समाधीच्या दर्शनाने केला;[१] त्या संभाजीपुत्र शाहू महाराजांकडे इतिहासकारांनी क्षमाशील बुद्धीने पाहून त्यास पुण्यश्लोक बनविले!

आणि ज्याने शिवछत्रपतींच्या हिंदवी स्वराज्याच्या रक्षणासाठी मोगल बादशहा, सिद्दी, पोर्तुगीज अशा अनेक शत्रूंशी आमरण कठोर संघर्ष केला; जीवनाच्या अंतिम क्षणी असह्य यातना दिल्या जात असताही ज्याने बादशहासमोरच्या शरणागतीचा विचारही आपल्या मनाला स्पर्श होऊ दिला नाही आणि ज्याने शत्रूंशी सुरू असलेल्या संघर्षात आपल्या प्राणाची आहुती दिली, त्या शिवपुत्र संभाजी महाराजांस मात्र इतिहासकारांनी दुर्वर्तनी व राज्यबुडवा राजा ठरविले, यासारखी इतिहासाच्या क्षेत्रातील अन्य दुर्दैवी गोष्ट कोणती असू शकेल? संभाजी महाराजांच्या कारकिर्दीचा शोकान्त तर झालाच, पण इतिहासकारांनीही त्यांच्या कारकिर्दीची अशी शोकान्तिका बनवली!

'संभाजी'चे जबरदस्त आकर्षण

पण असे असले तरी संभाजी या ऐतिहासिक व्यक्तिमत्त्वाबद्दल मराठी मुलखात जबरदस्त आकर्षण राहिले आहे. संभाजी महाराजांचे तथाकथित दुर्गुण मान्य करूनही त्यांच्या पराक्रम, शौर्य, धाडस, स्वाभिमान, धर्माभिमान या गुणांवर मराठी माणूस गेली तीनशे वर्षे प्रेम करीत आला आहे. विशेषत: गेल्या शंभर वर्षांत 'संभाजी' हा विषय ज्वलंतपणे 'जिवंत' ठेवण्यात मराठी साहित्यिकांचा मोठा हातभार लागलेला आहे, हे त्यांचे ऋण आपण मान्य केले पाहिजे.

संभाजी महाराजांवर जेवढी नाटके लिहिली गेली, तेवढी मराठा इतिहासातील अन्य कोणा राज्यकर्त्यांवर लिहिली गेली नाहीत, ही एकच गोष्ट संभाजी महाराजांच्या व्यक्तिमत्त्वाबद्दल साहित्यिकांना किती जबर आकर्षण वाटत आले आहे याचे द्योतक होय. मराठी साहित्यिकांनी 'संभाजीवर' केलेल्या या विलक्षण प्रेमास तोड नाही! या प्रेमाचे रहस्य त्यांच्यापैकीच एक आद्य नाटककार पाठारे यांच्या एका उद्गारांत सापडते : ''प्राणांतीही स्वधर्म व स्वाभिमान यांचा त्याग न करण्याच्या संभाजीराजांच्या अद्वितीय गुणाने व लोकोत्तर शौर्याने त्यांच्या असंख्य अवगुणांवर झाकण पडले आहे.''[२]

साहित्यिक मनास संभाजी महाराजांच्या ठिकाणी असलेल्या 'अद्वितीय गुण व लोकोत्तर शौर्य' या व्यक्तिविशेषांनी मोहिनी घातली नसती तरच नवल होते. म्हणूनच सुमारे १०० वर्षांपूर्वी सोनाबाई केरकरीण ही चौदा-पंधरा वर्षांची एक

---

१. मराठी रियासत, मध्यविभाग - १, पृ. ४

२. छत्रपती संभाजी स्मारक ग्रंथ. पृ. ४२४

मराठी तरुणी, मराठीतील आद्य नाट्यकर्ती, संभाजी महाराजांच्या जीवनावर एक 'प्रगल्भ नाट्यकृती' निर्माण करू शकली. पुढे राम गणेश गडकरी यांच्यासारख्या मराठीच्या शब्दप्रभूने 'राजसंन्यास' हे एक महान 'तत्त्वगर्भ' नाटक लिहावयास घेतले. औंधकरांसारख्या श्रेष्ठ नाटककाराने आपल्या 'बेबंदशाही' या नाट्यकृतीने मराठी रसिकांच्या हृदयावर अगदी परवापर्यंत बेबंद राज्य केले. अलीकडील साहित्यिकांत वसंत कानेटकर व शिवाजी सावंत या दोन प्रतिभासंपन्न लेखकांनी आपल्या अजोड कलाकृतींच्या द्वारे त्यांना भावलेला 'संभाजी' मराठी रसिकजनांसमोर सादर केला.

साहित्यिकांच्या कामगिरीचा प्रपंच एवढ्यासाठी पुढे मांडला की, महाराष्ट्रात भलाबुरा कसा का असेना 'संभाजी' त्यांनी 'जिवंत' ठेवला, ह्याची आपण नोंद घ्यावी; आणि त्याचबरोबर आणखी एक गोष्ट ध्यानी घ्यावी की, एक वा. सी. बेंद्रेंचा अपवाद वगळता स.१९६० सालापावेतो संभाजीचरित्राचे संशोधन करावयास कोणी मराठी संशोधक पुढे आलेला नव्हता.

इतिहासातील 'संभाजी' कोणास पाहावयाचा असला तर ग्रँट डफची 'मराठ्यांची बखर' अथवा रियासतकार सरदेसाईंचा 'उग्र प्रकृति संभाजी' याशिवाय प्राय: दुसरा पर्याय नव्हता. याचा अर्थ संभाजीचरित्र हा काही नवीन शोध घेण्यासारखा विषय नाही, असे इतिहासकारांना वाटत असावे काय? की संभाजीराजा म्हणजे 'स्वैर, दुर्वर्तनी व राज्यबुडवा' या कल्पनेच्या भुताने त्यांना एवढे पछाडले होते की, त्यांनी 'संभाजी' या विषयापासून चार हात दूर राहणेच पसंत केले?

या प्रश्नांची उत्तरे काहीही असोत; एक गोष्ट सत्य होती ती म्हणजे 'संभाजी' हा मराठी इतिहासातील एक महत्त्वाचा दुवा महाराष्ट्रातील इतिहास संशोधकांकडून दीर्घकाळ उपेक्षित राहिला. मराठी साहित्यिकांनी मात्र याच कालखंडात 'संभाजी'वर उदंड साहित्य निर्माण केले.

साहित्यिकांचा 'संभाजी' कसा होता?

साहित्यिकांनी आपल्या कलाकृतींमधून 'संभाजी' जिवंत ठेवला खरा; पण या 'संभाजी'चे स्वरूप काय होते, साहित्यिकांना भावलेला 'संभाजी' कसा होता, याची येथे थोडी चर्चा केल्यास अप्रस्तुत होणार नाही.

साहित्यिकांनी चितारलेला 'संभाजी' शूर आहे, पराक्रमी आहे; धाडसी आहे, दिलदार आहे, बाणेदार आहे, स्वाभिमानी व स्वधर्माभिमानी आहे; शत्रूपुढे नतमस्तक न होणारा बेडर राजा आहे; धर्मासाठी जिवाची कुरवंडी करणारा धर्मवीर आहे; पण... त्याचबरोबर 'मदिरा आणि मदिराक्षींच्या' नादात गुरफटून गेलेला, विवेक सुटून क्रूर बनलेला, शिवछत्रपतींच्या पवित्र वारशास बट्टा लावणारा, स्वत:सह राज्याचाही

विनाश घडवून आणणारा, दुराचारी, व्यसनी असा राजाही आहे! आपल्या कलाकृतींच्या यशस्वितेसाठी अशा प्रकारचा नाट्यगुणावगुंठित संभाजी राजा निर्माण करणे त्यांना इष्ट आणि आवश्यक वाटत होते.

अशा प्रकारचा साहित्यिकांचा 'संभाजी' पाहण्यासाठी आम्ही इथे मराठीतील दोन श्रेष्ठ साहित्यिकांचा 'संभाजी' सादर करीत आहोत. पहिला 'संभाजी' आहे महान नाटककार राम गणेश गडकरी यांच्या 'राजसंन्यास' या नाटकातील व दुसरा 'संभाजी' आहे दुसरे श्रेष्ठ साहित्यिक पु. भा. भावे यांच्या 'राजमस्तकाचा आदेश' या लेखातील. या साहित्यिकांची पुढील दोन्ही अवतरणे म्हणजे त्यांच्या साहित्यिक कलाकृतीमधील शेवटच्या क्षणी पश्चात्तापदग्ध झालेल्या संभाजीराजांची जळजळीत 'मनोगते' आहेत.

तुळापूरच्या मोगली छावणीतील तुरुंगात असलेल्या संभाजी महाराजांना सोडविण्यासाठी आलेल्या साबाजी नावाच्या एकनिष्ठ सेवकास उद्देशून ते उद्गारतात –

"गोब्राह्मणप्रतिपालक हिंदुपदपादशहा श्रीमंत छत्रपति संभाजीमहाराज! नाही, साबाजी, ही माझी किताबत नाही! संभाजी हा म्हणजे केवळ रंडीबाज छाकटा! काशीची गंगा आणि रामेश्वरचा सागर एकवटून छत्रपतींनी बांधिलेल्या राष्ट्रतीर्थाची – श्रीगंगासागराची ज्याने व्यभिचाराच्या दिवाणखान्यातील मोरी बनवली तो हा संभाजी! वैराग्याच्या वेगाने फडफडणाऱ्या भगव्या झेंड्याला दारूबाजाचे तोंड पुसण्याचा दस्तरुमाल केला! महाराष्ट्रलक्ष्मीच्या वैभवाचा जरीपटका फाडून त्याची रांडेसाठी काचोळी केली! साबाजी, माझ्या नऊ वर्षांच्या नावलौकिकाची इमारत नीटपणे पाहा! चिटणिसाला हत्तीच्या पायाखाली तुडवून तिचा पाया घातला. मातोश्री सोयराबाईसाहेबांना जितेपणी भिंतीत चिणून तिच्या भिंती उभारल्या, ती पातकी इमारत उंचावता उंचावता कळसाला पोचण्यापूर्वीच कोसळून तिच्याखाली संभाजीचा चुराडा होऊन गेला. साबाजी, मी बाहेर पडून लोकांना काय तोंड दाखवू? आपला राजा सुटला असे पाहताच, माझी प्रजा आपखुषीने देश सोडून हद्दपार होईल. साबाजी, या काळोखातसुद्धा मला तोंड लपवावेसे वाटते. खाली पाहीन तर हत्तीच्या पायांनी पाताळापर्यंत गाडलेला बाळाजी पुन्हा जमिनीतून वर येईल अशी भीती वाटते. भोवताली पाहिले, तर कोपऱ्याकोपऱ्यांतून आईसाहेबांचे डोळे माझ्याकडे टवकारून पाहतील. वर पाहिले तर शिरक्यांची उडविलेली शिरे आकाशातून जयद्रथाच्या मस्तकांप्रमाणे येऊन माझ्या मस्तकावर आदळतील! साबाजी, मी आता कोणीकडे पाहू? सह्याद्रीचा सिंह आता अगदी भयभीत झाला आहे."[३]

आता पु. भा. भावे यांच्या संभाजी महाराजांचे मनोगत पाहू. तुळापूरच्याच

---

३. संपूर्ण गडकरी, खंड पहिला, पृ. ३४३-३४४

रानात शिरच्छेदानंतर संभाजी महाराजांचे रक्तबंबाळ मस्तक लोळत पडले होते; भाव्यांनी आपल्या प्रतिभेने या मस्तकास बोलायला लावले आहे. –

"माझ्या दुश्मना! तुला खोटे वाटते? विचार तर मग – मी हत्तीच्या पायी दिलेल्या साऱ्या शिर्क्यांना विचार! हालहाल करून मारलेल्या त्या चिटणिसाला विचार. भिंतीत चिणून मारलेल्या माता सोयराबाईला विचार. सारे आपापल्या विश्रांतीस्थानातून खडबडून उठून तुला सांगतील – 'संभाजीला आम्ही क्षमा केली आहे! कारण संभाजीच्या मरणानं संभाजीच्या जीवनाला धन्य केले आहे. संभाजीच्या मरणाने महाराष्ट्र धर्माला धन्य केले आहे. संभाजीच्या मरणाने आमचे त्याग कारणी लागले आहेत. संभाजी मेला पण संभाजी फितूर झाला नाही. संभाजी मेला – पण संभाजी धर्मभ्रष्ट झाला नाही. संभाजी कधीही वाकला नाही. ज्या बेदरकार धुंदीने संभाजी इश्काचे खेळ खेळला त्याच बेदरकार धुंदीने संभाजी हौतात्म्याचे खेळ खेळला. ज्या सहजतेने त्याने मद्याचे प्याले उचलले, त्याच बेछूट सहजतेने त्याने मृत्यूचे शूल उचलले. ज्या मग्रूर उन्मादाने त्याने कामिनी कवटाळल्या, त्याच मग्रूर उन्मादाने त्याने मृत्यू कवटाळला!"[४]

मराठीतील या दोन श्रेष्ठ साहित्यिकांचा वाग्विलास रसिकांनी चकित व्हावे असाच आहे. त्यांची प्रतिभा, त्यांचे शब्दसामर्थ्य पाहून अंगावर रोमांच न उठणारा मराठी माणूस विरळाच! आचार्य अत्रे गडकऱ्यांच्या 'राजसंन्यास'मधील प्रतिभेचा गौरव करताना म्हणतात, "राजसंन्यास हा गडकऱ्यांचा एक महान वाग्यज्ञ आहे. मराठी इतिहासाची, मराठी संस्कृतीची, मराठी भाषेची, मराठी शौर्याची आणि मराठी इमानाची ही एक अमर गाथा आहे. ऊर्जस्वल भावनांची आणि देदीप्यमान विचारांची मराठी साहित्यावर उठलेली ही एक उत्तुंग लाट आहे."[५]

बहुसंख्य मराठी माणसं नाटक-कादंबऱ्यांतून इतिहास वाचतात व पाहतात; आणि त्यामधील 'इतिहास' खरा मानतात. मराठी मनाची संभाजीराजाच्या इतिहासाची तहान गडकऱ्यांच्या 'राजसंन्यासा'ने, औंधकरांच्या 'बेबंदशाही' ने, कानेटकरांच्या 'रायगडा...'ने व सावंतांच्या 'छाव्या'ने भागविली आहे. इतिहास-संशोधकाच्या दृष्टीने ही कडू गोळी असली तरी ते सत्य आहे. बेंद्र्यांचा 'संभाजी' किती जणांनी वाचला असेल? या उलट गडकरी-औंधकर-कानेटकर-सावंत यांच्या 'संभाजी'चे दर्शन आतापर्यंत हजारो नव्हे तर लाखो मराठी माणासांनी घेतले आहे आणि त्यांना रंगमंचकावर दिसलेला 'संभाजी'च त्यांनी ऐतिहासिक 'संभाजी' मानला आहे. सर्वसामान्य माणसाच्या मनातील 'संभाजी' म्हणजे नाटक-कादंबऱ्यांनी निर्माण

---

४. छत्रपती संभाजी स्मारक ग्रंथ, पृ. ४०५-४०६

५. संपूर्ण गडकरी प्रस्तावना, पृ. ४७

केलेल्या 'संभाजी'ची प्रतिमा आहे. चित्रपट-निर्मातेही या कामी मागे नाहीत. 'थोरातांची कमळा', 'मोहित्यांची मंजुळा' यांसारख्या चित्रपटांच्या द्वारे त्यांनी संभाजीराजास मराठी इतिहासातील एक Romantic Heroच बनवून टाकले आहे!

नाटक, कादंबरी, काव्य, चित्रपट आणि आता दूरदर्शन ही समाज-मनावर जबरदस्त प्रभाव पाडणारी साधने आहेत. आणि जेव्हा इतिहास हा या साधनांच्या द्वारे समाजासमोर मोठ्या प्रमाणावर मांडला जातो तेव्हा त्यामधील 'तोतया इतिहास' हा खरा इतिहास मानण्याकडेच स्वाभाविक प्रवृत्ती होते. म्हणूनच शिवाजी महाराजांवर व्याख्यान देणाऱ्या व्याख्यात्यास शेवटी श्रोत्यांचा एक प्रश्न असतो : 'अहो, सोयराबाईने शिवाजी महाराजांस विष घातले हे खरे काय?' संभाजी महाराजांवरील चर्चेतही पहिला प्रश्न असतो : 'त्या गोदावरीचे काय ते प्रथम आम्हास सांगा!' कोल्हापुराकडील माणूस पन्हाळ्याच्या पायथ्याशी असलेल्या 'थोरातांच्या कमळे'ची प्रथम चौकशी करतो!

सर्वसामान्य माणसास इतिहासातील नाट्य आवडत असते. शिवाजी महाराजांचा रक्तातिसाराने नैसर्गिक मृत्यू होण्यात नाट्य नाही; तो सोयराबाईच्या विषप्रयोगाने होण्यात नाट्य आहे! संभाजी महाराजांनी जगरहाटीप्रमाणे राणी येसूबाईशी संसार करण्यात रहस्य नाही; रहस्य आहे ते युवराज संभाजीराजे मध्यरात्री गडाखाली उतरून गुप्तपणे तरुण रूपवान अशा गोदावरीच्या भेटीस जाण्यात! राणी सोयराबाईस – आपल्या सावत्र मातेस – भिंतीत चिणून मारण्यात नाट्य आहे; आणि म्हणूनच शिवाजी महाराजांपेक्षा संभाजी महाराजांच्या चरित्रात साहित्यिकांना अधिक नाट्य सापडले. अधिक विषय मिळाले. प्रतिभेला अधिक वाव मिळाला; आणि एकदा का प्रतिभेच्या वारूवर स्वार झाल्यावर मग तो वारू कोणी किती दौडवावा, याला काही लगाम राहिला नाही! त्यामुळेच मुदलीच कपोलकल्पित असणाऱ्या थोरातांच्या कमळेवर मराठी साहित्यातील थोर कवी 'बी' यांनी प्रदीर्घ काव्यरचना करून शेवटी तिच्या शिवनेरी किल्ल्यावरील स्मृतीची महती गाईली आहे :

> "त्याला तेव्हापासून कमळ बुरूज लोक म्हणती।
> नरनारीजन पोवाडा हा अजुनि तिचा गाती।।"[६]

शिवनेरी किल्ल्यावर कमळ बुरूजच नाही! असेलच कसा? मुळात कमळाच अस्तित्वात नव्हती! 'बी'कवींनी मात्र तिला मराठी साहित्यात अमर करून टाकली!

विसाव्या शतकाच्या पूर्वार्धातील साहित्यिकांचा 'संभाजी' असा आहे : 'राजा म्हणजे जगाचा उपभोगशून्य स्वामी' हे तत्त्व न उमगलेला; गोदावरी, तुळशी, कमळा यांसारख्या कामिनींच्या विळख्यात सापडून राजकर्तव्यांविषयी मूढ बनलेला;

---

६. छत्रपती संभाजी स्मारक ग्रंथ, पृ. ४४५

आण्णाजी दत्तो, बाळाजी आवजी, हिरोजी फर्जंद यांसारख्या शिवाजी महाराजांच्या नेक सेवकांना हत्तीच्या पायी देणारा; शिर्क्यांची कत्तल करून शिरकाण करणारा आणि कलुषा कबजीच्या आहारी जाऊन आपल्यासह राज्याचा घात करणारा!

मराठी साहित्यिकांनी चितारलेली संभाजी महाराजांची प्रतिमा नि:संशय विकृत आहे. राजास इतिहासातील यथोचित न्याय्य स्थान देणारी नाही; पण याचे उत्तरदायित्व साहित्यिकांवर किती, या प्रश्नाचा विचार करता साहित्यिक फारसे दोषी ठरत नाहीत; कारण त्यांच्यासमोर मराठ्यांचा जो इतिहास लिखित स्वरूपात होता, त्यावरून त्यांनी आपल्या कलाकृती बेतल्या होत्या. मराठ्यांच्या नामवंत इतिहासकारांच्या ग्रंथांमधूनच त्यांनी संभाजी महाराजांच्या व्यक्तित्वाची रेखा उचलली होती.

'तुळशी' ही गडकऱ्यांच्या प्रतिभेने निर्माण केलेली नायिका होती; पण 'दुराचारी संभाजी' ही काही गडकऱ्यांच्या प्रतिभेची निर्मिती नव्हती. त्यांच्यासमोर असलेल्या इतिहासातील 'संभाजी'च्या व्यक्तिरेखेचा स्थायी भाव साहित्यिकांनी बदललेला नव्हता. उपलब्ध इतिहासाशी त्यांच्या असलेल्या इमानाविषयी शंका घ्यावयास जागा नाही. मग स्वाभाविकच जनमानसात रुजलेल्या संभाजी महाराजांच्या विकृत प्रतिमेचा शोध घेण्यासाठी आपणास आद्य व नामवंत इतिहासकारांच्या ग्रंथकर्तृत्वाकडे वळावे लागते; कारण संभाजी महाराजांची तथाकथित विकृत प्रतिमा त्यांनीच साहित्यिकांसमोर ठेवली होती!

◆

आद्य इतिहासकारांचा 'संभाजी' कसा होता?

मराठ्यांच्या इतिहासावर कमी-अधिक लेखन केलेल्या सर्व आद्य इतिहासकारांच्या लेखनाचा परामर्श इथे जागेअभावी घेता येणे शक्य नाही. म्हणून आम्ही त्यामधील तीन नामवंत इतिहासकारांची निवड केली आहे. पहिला आहे इंग्रज इतिहासकार ग्रँट डफ; दुसरे आहेत मराठी इतिहासाचे आद्य भाष्यकार न्या. महादेव गोविंद रानडे आणि तिसरे आहेत ज्यांनी मराठ्यांचा इतिहास प्रथमच सलगपणे मराठीत 'रियासतींच्या रूपाने लिहून काढला व तो सर्व महाराष्ट्रात लोकप्रिय केला' ते रियासतकार गोविंद सखाराम सरदेसाई.

या तीन इतिहासकारांनी संभाजी महाराजांच्या शौर्यादी गुणांचे कौतुक केलेलेच नाही असे नाही; पण त्यांच्या लिखाणाचा एकूण रोख संभाजी महाराजांच्या दुर्गुणामुळे मराठ्यांचे राज्य बुडाले असा आहे. या तीन इतिहासकारांपैकी ग्रँट डफचा वृत्तान्त थोडा विस्ताराने दिलेला असून, न्या. रानडे व रियासतकार सरदेसाई यांचे संभाजी महाराजांबद्दलचे फक्त निष्कर्ष दिलेले आहेत. न्या. रानडे यांनी संभाजी महाराजांवर स्वतंत्र असे लिहिलेले नाही; पण शिवशाहीच्या कालखंडाची चर्चाचिकित्सा करीत असता त्यांनी संभाजी महाराजांच्या व्यक्तित्वाविषयी व कारकिर्दीविषयी आपले निष्कर्ष नोंदवून ठेवलेले आहेत.

ग्रँट डफचा 'संभाजी'

ग्रँट डफचा मूळ ग्रंथ इंग्रजीत असून, तो प्रथम १८२६ साली प्रकाशित झाला. त्याची पुढे अनेकांनी मराठीत भाषांतरे केली; पण सर्वांत प्रथम स. १८२९ साली कॅ. केपन डेव्हिड या इंग्रज अधिकाऱ्याने केलेले मराठी भाषांतर उपलब्ध आहे. केपनसाहेबांचा हा अनुवादित ग्रंथ १९ व्या शतकातील शाळांतून वाचला गेला. अभ्यासला गेला. इंग्रजी शिक्षणाने सुशिक्षित झालेल्या पहिल्या पिढीत डफच्या ग्रंथामुळेच संभाजी राजाची विकृत प्रतिमा तयार झाली. डफ लिहितो –

"तेव्हा शिवाजी लश्करसुद्धा उठून विजापुरी जाऊ लागला. तेव्हा त्याला वाटेने असे वर्तमान समजले की आपला वडील पुत्र संभाजी, ज्याने ब्राह्मणाची स्त्री बळाद्वारे भोगिली म्हणून जो पन्हाळा किल्ल्यावर बंदीत पडला होता, तो तेथून पळून जाऊन दिलीरखानास मिळाला... तो संभाजी दिलीरखानाने मोठ्या प्रीतीने सांभाळिला आणि औरंगजेबास पत्री लिहिले की, हा संभाजी आपल्या हाती लागला आहे... (औरंगजेबाची) आज्ञा आली की; संभाजीस कैद करून दिल्लीस पाठवून द्यावे. परंतु दिलीरखान संभाजीला अनुकूल होता. म्हणून ती औरंगजेबाची आज्ञा शेवटास जावयाच्या पूर्वींच त्याला पळून जावयास अवकाश सापडला. मग शिवाजी आणि संभाजी एकचित्त झाले. परंतु संभाजीचा दुष्ट स्वभाव गेल्याची संशयनिवृत्ति होईतोपर्यंत त्याला शिवाजीने पन्हाळा किल्ल्यावर राहावयाची आज्ञा केली... शिवाजीचे मरणापूर्वी अनाजी दत्तो व मोरोपंत वगैरे कोणी मोठे मोठे लोक जवळ असता शिवाजी बोलिला की, माझ्या मरणानंतर संभाजीच्या दुष्ट स्वभावेकरून राज्यास अपाय होईल असे दिसते. ही गोष्ट सोयराबाईस कळाली तेव्हा तिचे मनात आले की, संभाजीस एकीकडे करून आपला पुत्र राजाराम हाच तक्ताधिपति करावा..."

"संभाजी, शिवाजी मेला असे कळाल्यावर केवळ पराक्रमे करून वागू लागला. त्यावरून लोक कल्पना करू लागले की, आता याने आपले दुर्गुण टाकिले, आणि त्याप्रमाणे त्याची स्तुतिही होऊ लागली; परंतु तो रायगडी पोचताच त्याचे क्रूरपण लोकात प्रसिद्ध झाले. ते असे, अनाजी दत्तो यास बिडी घालून बंदीत ठेविले, आणि त्याची सारी दवलत घेतली; आणखी आपला सावत्र भाऊ राजाराम यालाही बंदीत ठेविले; आणि त्याची आई सोयराबाई तीस समोर आणून नानाप्रकारे अमर्याद शब्द बोलून असे ठरविले की, हिने आपला नवरा विष घालून मारिला, त्यास आता हिला हाल करून मारावे, अशी आज्ञा केली. तेणे करून ती मरण पावली. मग जे तिजकडचे सरदार होते त्यांची डोकी मारिली, आणि एक सरदार फारच तिच्या अगत्याचा होता त्याचा कडेलोट केला. अशा क्रूरपणे तो लोकांच्या मनातून उतरला, तेव्हा ते लोक याचा प्रारंभच अपशकुनाचा असे म्हणू लागले..."

"अनाजी दत्तो याच्या पक्षपाती लोकांनी त्या महंमदाशी (औरंगजेबाचा पुत्र शहाजादा अकबर) राजाराम याच्या हितविषयी संभाजीच्या घाताची काही मसलत केली. ते वर्तमान संभाजीस कळाले... त्याने अनाजी दत्तो व शिरके कुळातील जे मुख्य सापडले ते व परभू बाळाजी आवजी चिटणीस व त्याचा पुत्र व त्याचा दुसरा कोणी एक भाऊबंद, इतके हत्तीचे पायी दिले. त्याच्या अशा अन्याय कर्मांनी सारे लोक त्यास कंटाळले. का की, अनाजी दत्तो शिवाजीचे वेळेस बहुत उपयोगी पडला आणि तो जातीचा ब्राह्मण होता. असे असता त्याचा जीव घेतला हे चांगले केले नाही..."

"त्या वेळेस संभाजीचे जवळ हिंदुस्थानातून आलेला एक कनोजा ब्राह्मण

कलुषा नामे होता. तो गुप्तपणे संभाजीस मसलत देत असे. त्याप्रमाणे संभाजी वागे... कलुषाशिवाय संभाजी दुसऱ्याचे ऐकत नसे; त्याचे वगीवाचून कोणी समोर आला असता त्यावर रागे भरून त्याचे पारिपत्य करी... संभाजी भलत्याच जागी खर्च करी, त्यामुळे थोडक्याच दिवसात खजिना संपला; तेव्हा त्या कलुषाने त्यास बुद्धि शिकविली की, स्वारी केल्याने द्रव्य मिळत नाही, तर रयतेपासून वसूलच अधिक घ्यावा. तेव्हा त्याने तसे केले... तेव्हा रयतेने त्रासेकरून गाव टाकिले. येणेकरून संभाजीच्या राज्यात नाशाचा प्रवेश झाला...''

''औरंगजेब असा मुलूख घेत असता संभाजीने स्वता काहीच उद्योग केला नाही, त्यावरून त्या वेळचे लोक कल्पना करू लागले की, कलुषाचे जादुगिरीमुळे तो उगाच राहिला. परंतु असे नव्हे, तो संभाजी आपले दुष्ट स्वभावेकरून आणि मद्यपानाच्या व्यसनेकरून अप्रयोजक झाला होता; तो एखादे वेळेस सावध होई. त्या समयी त्याच्या वडिलांचे वेळचे शाहाणे मनुष्य..., त्या कलुषाच्या भयाने... आपआपले ठिकाणी उगीच राहिले... संभाजीने राज्यकारभारात चित्त ठेविले नव्हते. तो विशाळगडावर अथवा पन्हाळ्यावर किंवा संगमेश्वरी एक बाग होती तेथे राहून कालक्रमणा करी. त्याचा वजीर कलुषा राज्यकारभारापेक्षा संभाजीची मर्जी सांभाळावयास फार जपत असे...''

''तकरीबखान (औरंगजेबाचा सरदार) कोल्हापुरातून मोठ्या धैर्यकरून निघाला, तो संभाजीच्या लोकास बातमी कळू न देता संगमेश्वराजवळ पोचला. तेव्हा संभाजीच्या जासुदांनी त्यास वर्तमान कळविले की, मोगल जवळ आला. ते समयी तो मद्यपानेकरून उन्मत्त झाला होता. यास्तव तो त्यास ओरडून बोलिला की, 'मूर्खहो, अशी वेडेपणाने का बडबड करिता? मुसलमान काय येणार आहेत? असे फिरूनी बोलिला तर मी तुमची नाके कापीन.' इतके झाल्यावर थोडक्याच वेळात तकरीबखानचा पुत्र काही स्वारासहित मोठ्या त्वरेने बापाच्या पुढे घोडा पिटाळीत संभाजीच्या वाड्यात जाऊन पोचला; ते वेळेस जे लोक तेथे सापडले ते मारून टाकिले. इतक्यात मागून तकरीबखानही आला, तेव्हा उरलेले लोक बहुतेक पळाले. परंतु कलुषाजवळ काही होते, ते संभाजीच्या रक्षणार्थ लढू लागले; मग कलुषास तिराची जखम लागताच तेही पळाले. ते समई संभाजी सावध होऊन आपला वेष बदलून तेथून निघावयास सिद्ध झाला, परंतु त्याच्या अंगावर उंच उंच अलंकार होते, ते त्याला टाकवेनात, त्यामुळे हाच संभाजी असे समजून त्यास धरिले. त्याबरोबर कलुषा आणि दुसरे चौवीस असामी धरले....''

''.... ते (औरंगजेबाच्या) लष्कराजवळ पोचल्यावर सारे बंदिवानास मुसक्या बांधून उंटावर बसवून बरोबर वाद्ये वाजवीत लष्करातून बादशहाचे हुजूर नेले. त्यांना पाहून औरंगजेबाने आज्ञा केली की, आता कैदेतच असू द्यावे... त्यापुढे मोगलात

जे श्रेष्ठ मनुष्य होते त्यांनी बादशहास असे समजाविले की, संभाजीचा जीव रक्षावा, तेणेकरून त्याच्या राज्यातले अवघड किल्ले सर्व आपल्या हाती येतील. ही मसलत औरंगजेबाच्याही मनास येऊन त्याने संभाजीला निरोप पाठविला की, 'तू मुसलमान हो म्हणजे तुझा जीव वाचेल.' त्यावर त्याने उत्तर दिले की, बादशहाला सांगा, 'जर तू आपली कन्या देशील तर बाटेन, असे दुष्ट जे तुम्ही मुसलमान लोक त्या तुमच्या पैगंबराचा धिक्कार असो....' हे उत्तर औरंगजेबास समजताच त्याला बहुत राग येऊन त्याने अशी आज्ञा केली की, त्याला लश्कराच्या बाजारात नेऊन प्रथम त्याचे डोळे लोखंडाचे डागणीने भाजावे, नंतर जीभ कापावी, मग डोके मारावे... असे केले असता हिंदू लोकात दहशत पडेल, त्यावरून त्याला तुळापुरीच लश्कराच्या बाजारात नेऊन आज्ञेप्रमाणे मारून टाकिले. त्याचा वजीर कलुषा तोही त्याबरोबर मारिला."

"संभाजीची गोष्ट लिहिली आहे त्यावरून असे दिसते की, त्यामध्ये काहीसे शौर्य होते, आणि चातुर्य नेमस्तच असेल. परंतु हे त्याचे गुण क्रूरपणाने आणि व्यसनेकरून व्यर्थ गेले. असे वाटते की, तो जर आणखी काही काळ वाचता तर आणखीही पापच करता. तो मेल्याचे पूर्वीच तीन वर्षे त्याच्या जातीचे मराठे लोक त्याला कंटाळले होते. परंतु ज्या समयी त्याच्या मरणाचा प्रकार समजला ते समयी तो शिवाजीचा पुत्र यास्तव सर्वास वाईट वाटून क्रोध आला... "[१] (हे १७५ वर्षांपूर्वीचे भाषांतर असून त्याची मराठी भाषा त्या काळातील आहे.)

न्या. रानडे यांचा 'संभाजी'

न्या. रानडे यांचा 'Rise of the Maratha Power' हा ग्रंथ म्हणजे त्यांनी स. १८९३ सालापासून पुढच्या काळात लिहून ठेवलेल्या लेखांचा संग्रह असून, तो स. १९०० साली प्रथम प्रकाशित झाला. डफच्या अनेक चुका त्यांनी दुरुस्त केल्या. काही ठिकाणी नवा युक्तिवाद करून आपली स्वतंत्र मते प्रतिपादन केली. एका परीने आंग्लविद्याविभूषित ज्या मराठी समाजास डफच्या चुका बोचू लागल्या होत्या, त्या समाजाचे नेतृत्व न्या. रानडे यांनी केले होते. असे असले तरी संभाजी महाराजांविषयी डफचीच मते त्यांनी आपल्या ग्रंथात कायम केली होती. न्यायमूर्ती लिहितात :

"शिवाजीचा मृत्यू जसा आकस्मिक तसाच अकाली घडल्याने राज्यावर कोणी यावे यासंबंधात त्याला व्यवस्था करण्याला वेळच मिळाला नाही. त्याच्या थोरल्या मुलाचे (संभाजी) वर्तन कमालीचे अनिष्ट होते, त्याने बापाच्या आज्ञा मोडल्या आणि मोगलांच्या आश्रयाला गेला. तेथून तो परत आल्यावर संभाजी पन्हाळा येथे

---

१. मराठ्यांची बखर, पृ. १३५-१६९

सक्त कैदेत होता. संभाजी हा शील आणि सवयीकडे पाहिल्यास शिवाजीने सुरू केलेले कार्य चालविण्याला नालायक आहे, असे रायगड येथील प्रधानांना ठाऊक असल्यामुळे त्यांनी संभाजीस बाजूस ठेवून धाकटा मुलगा राजाराम याला गादीवर बसविण्याचे ठरविले; पण रायगडाच्या प्रधानांनी उतावळेपणाने एक दुर्दैवी प्रमाद केला. त्यांनी फौज आपल्या बाजूस वळवायला हवी होती ती वळविली नाही.''

''सेनापती हंबीरराव मोहिते हा त्यांच्या खलबतात नव्हता. यामुळे शेवटी हा कट वाया गेला. सैन्याच्या मदतीने पन्हाळ्याहून सुटून बाहेर पडण्यात संभाजीला यश आले. त्याने रायगडावरील प्रधानांची प्रतिकूलता दाबून गादी मिळविली. त्याने आपल्या यशाचा केलेला क्रूर दुरुपयोग देशावर येऊ घातलेल्या संकटाशी झगडताना तो पुढारी होण्याच्या लायकीचा नाही, हेच सिद्ध करणारा होता. आपल्या आईचा तिला उपाशी ठेवून जीव घेतला. वृद्ध पेशव्याला, म्हाताऱ्या सचिवाला, म्हाताऱ्या सुमंताला तुरुंगात टाकले; आणि शिवाजीच्या काळातील चिटणिसाला ठार मारले. हा क्रूरपणा त्याच्या कारकिर्दीत सदैव चालू राहिला. आणि बापाच्या हाताखाली महत्त्वास चढलेल्या सर्वांचे प्रेम त्याने लवकरच गमावले.''

''संभाजी हा जात्या शूर होता, आणि त्याचा क्रूरपणा जमेस धरूनही एक वेळ तो आपल्या शेजाऱ्यांशी चाललेल्या युद्धात मराठा सत्तेची प्रतिष्ठा राखील असा अनुभव येत होता. परंतु या आशा सफळ होण्याचा योग नव्हता. त्याच्या दारूबाजीच्या आणि बदफैलीपणाच्या अतिरेकाने त्याच्या शक्तीचा लवकरच ऱ्हास झाला. कलुषा हा त्याचा फार आवडता इसम होता. त्याच्या सल्ल्याने जादूटोणा, भूतराक्षसांचे वशीकरण असल्या भ्रामक प्रकारांचा तो गुलाम बनला. संभाजीच्या कारकिर्दीचे तपशीलवार वर्णन करण्यात हशील नाही, कारण संभाजीने आपल्या देशावर (खऱ्या अर्थाने) राज्य असे कधीच केले नाही. अष्टप्रधान सर्वस्वी बाजूस ठेवल्याने संभाजीच्या काळात राज्य करण्याची जबाबदारी त्यांच्याकडे कधी आलीच नाही. बापाने केलेली मुलकी व लष्करी व्यवस्था मागे पडली. शिपायांना वेळच्यावेळी पगार मिळेनासा झाला. डोंगरी किल्ल्यांवर योग्य तेवढे सैनिक व लढाईचे आणि खाण्यापिण्याचे सामान ठेवले नाही. जिल्ह्याच्या वसुलीचा मक्ता जो सर्वांहून जास्त द्रव्य देईल त्याच्याकडे गेला. जिकडे तिकडे अराजकता माजली.''

''नेमका याच वेळी औरंगजेब सर्व प्रकारची (घोडदळ, पायदळ, तोफखाना) जवळजवळ तीन लाखाइतकी फौज घेऊन दक्षिणेतील हिंदु-मुसलमान राज्ये कायमची पादाक्रांत करून आपल्या हयातीत उराशी बाळगलेल्या मनोरथाच्या सिद्धीचा कळस आपल्या दिग्विजयावर चढविण्याकरिता दक्षिणेत आला. बादशहाचा एक मुलगा या सुमारास संभाजीच्या आश्रयास आला असल्याने संभाजीला या नव्या संकटाच्या प्रतिकाराची उत्कृष्ट संधी मिळाली होती; पण त्याला ती कारणी लावण्याचे जमले

नाही. वृद्ध मंत्री संभाजीला घेरणाऱ्या संकटाचे खरे स्वरूप समजावे म्हणून आपल्या परीने प्रयत्न करीत होते; पण संभाजीला हा प्रयत्न कधी रुचला नाही. दक्षिणेत आल्यापासून तीन वर्षांच्या आत औरंगजेबाच्या फौजेने गोवळकोंडा आणि विजापूर ही राज्ये जिंकली आणि संभाजीला तो असहाय स्थितीत असता औरंगजेबाने सहज पकडले. नंतर धिंडवडे काढून त्याचा शिरच्छेद केला.''[२]

'रियासत'कार सरदेसाईंचा 'संभाजी'

मराठ्यांच्या इतिहासाचे दुसरे थोर अभ्यासक गोविंद सखाराम सरदेसाई यांनी मराठ्यांचा इतिहास 'मराठी रियासत' या नावाने प्रसिद्ध करण्यास याच सुमारास (स. १९०२) प्रारंभ केला. मराठ्यांचा इतिहास सलगपणे व समग्ररीतीने मराठीत लिहिण्याचा पहिला मान त्यांच्याकडे जातो. १९१५ साली या ग्रंथाची दुसरी सुधारित आवृत्ती प्रकाशित झाली. या ग्रंथाचे आठ खंड पॉप्युलर प्रकाशनाने प्रकाशित करून ते मराठी वाचकांस उपलब्ध करून दिले आहेत. सरदेसाईंचा हा मराठ्यांचा इतिहास इतका लोकप्रिय झाला की, त्यांना 'रियासतकार' अशा पदवीने लोक संबोधू लागले. २०व्या शतकातील सुशिक्षित इतिहासप्रेमी पिढ्यांची इतिहासाची जाण रियासतकारांच्या लिखाणावर पोसली गेली होती.

अशा रियासतकारांनी संभाजी महाराजांच्या एकूण कारकिर्दीवर आपले मत प्रदर्शित करताना म्हटले आहे :

''संभाजीच्या स्वभावाला विवेक व शांत विचार पारखा होता. अंतर्बाह्य राजकारणाची त्यास चांगली ओळख नव्हती. विश्वासू हेर व चतुरस्त्र सल्लागार यांच्या साह्याने शिवाजीने ठिकठिकाणचे राजकारण ओळखून प्रत्येक डाव टाकिला; परंतु एका कलुशाशिवाय संभाजीने कधी कोणाचा सल्ला शांत चित्ताने ऐकिल्याचे उदाहरण आढळत नाही. अकबर व दुर्गादास हे दोन पराक्रमी पुरुष त्याजकडे धावून आले. सर्व हिंदुस्थान व विशेषत: राजपुतस्थान गांधीलमाशांच्या पोळ्याप्रमाणे बादशाहाचा चावा घेण्यास टपले होते. त्यांचेच हे दोन प्रतिनिधी जवळ आले असता सहा वर्षे पावेतो त्यांचा पुरस्कार स्वीकारण्यास संभाजीस सामर्थ्य किंवा इच्छा झाली नाही; अथवा संधी आली नाही, हाच त्याच्या बुद्धीचा कोतेपणा होय.''

''...हिंदुस्थानचे संकलित राजकारण संभाजीस कळलेच नाही. दक्षिणेत बादशहा डोंगरी प्रदेशांतून आपल्या फौजा पसरून झगडत असता एखादी संधी साधून खुद्द संभाजी त्याजवर समोर तुटून पडता तर बादशहा तर नामोहरम झालाच असता, पण त्यामुळे सीदी, पोर्तुगीज हेही आपोआप नरम आले असते. असा समोर हल्ला करणे

---

२. मराठ्यांच्या सत्तेचा उत्कर्ष, पृ. ९१-९२

त्यास अशक्य वाटत होते, तर थेट नर्मदोत्तर हिंदुस्थानात धडाडीने प्रवेश करून अकबराला दिल्ली आग्र्याकडे पोचविला असता तरी औरंगजेब थंड पडला असता...''

"...धडाडी व हिंमत संभाजीस खचित होती. पण रायगड-विशाळगडच्या जंगलांतच तो सारखा गुरफटून राहिला. संभाजी स्वत: शूर व धाडसी होता, परंतु सेनापतीला अवश्य लागणारे रणांगणावरचे किंवा मुत्सद्देगिरीचे डावपेच त्याला कळत होतेसे दिसत नाही. आणि हे कळत असले तरी दमाने व सोयीने सर्व संधाने जुळवून आणण्याची दीर्घ दृष्टी त्याचे ठिकाणी नव्हती. संभाजी व त्याचे साथीदार गनिमी-काव्याची कला उत्कृष्ट जाणत होते. राजपुतांनी या गनिमी-काव्याचा अवलंब करून बादशहास दोन वर्षे चणे चारले. शहाजादा अकबर हीच भावना त्यास सारखा पढवीत होता. सुरत-भडोचपर्यंत संभाजीच्या फौजा गेल्याही होत्या. तेव्हा संभाजीची एवढी मोठी हिंमत सात-आठ वर्षांत काहीच दृश्य करामत न करिता अखेर शत्रूच्या निर्घृण शस्त्रास अमानुषतेने बळी पडली, हे पाहून केवढा उद्वेग वाटला पाहिजे! समर्थ रामदास व अमात्य रघुनाथ पंडित हणमंते यांची संगत व शिकवण शिवाजीच्या वेळेपासून संभाजीस लाभली होती, पण तिचा उपयोग त्याच्या चारित्र्यास झालेला दिसत नाही. समर्थांनी त्यास समजुतीचे पत्र लिहिले आणि त्याचे अत्याचार ऐकून उद्वेग व्यक्त केला!''[३]

न्या. रानडे आणि रियासतकार यांनी आपापल्या ग्रंथात ग्रँट डफच्या मताचे अनेक ठिकाणी खंडन केले असले तरी संभाजी महाराजांविषयीचे त्यांचे विवरण डफच्या विवरणाहून मूलत: फारसे वेगळे नाही. रियासतकारांनी काही ठिकाणी संभाजी महाराजांच्या पराक्रमाचा गौरव केला आहे हे खरे; पण ग्रंथांतर्गत अनेक पानांवर त्यांनी राजाच्या 'क्रौर्य, विलास, व्यसनाधीनता, दुर्वर्तन, लहरीपणा, अदूरदृष्टी, बेशिस्त व बेबंद प्रशासन' इत्यादी दुर्गुणांचा निर्देश केलेला आढळतो.[४]

तात्पर्य, डफ, रानडे व सरदेसाई ह्या मराठ्यांच्या तीन मोठ्या इतिहासकारांच्या 'संभाजी'च्या प्रतिमा थोड्याफार फरकाने एकमेकांशी जुळणाऱ्या आहेत, असे म्हटल्यास चूक होणार नाही. त्याचबरोबर हीही गोष्ट स्पष्ट होते की, मराठी साहित्यिकांनी आपल्या संभाजी महाराजांवरील कलाकृती या इतिहासकारांनी पुरविलेल्या संभाजी चरित्रावरूनच बेतल्या होत्या. आणि जेव्हा इतिहासकारांचा 'संभाजी' आणि साहित्यिकांचा 'संभाजी' यांच्यामध्ये फारसा भेद अथवा वादग्रस्तता राहिलेली नव्हती, तेव्हा संभाजी महाराजांसंबंधीची विकृत प्रतिमा जनमानसात खोलवर रुजली गेली, ही आश्चर्य वाटण्यासारखी गोष्ट नव्हती!

---

३. मराठी रियासत : उग्र प्रकृति संभाजी, पृ. १००-१०१

४. कित्ता, पृ. १७, २०, २२, २९, ३०, ३६, ६८, ८७, १०१-१०२

तथापि, आणखी एक प्रश्न राहतो तो म्हणजे इतिहासकारांनी तरी आपला 'संभाजी' कोणत्या साधनांवरून घेतला? उपरोक्त इतिहासकारांच्या मतांचा फक्त 'संभाजी'पुरताच विचार करावयाचा झाल्यास असे दिसते की, संभाजी महाराजांच्या कारकिर्दीसाठी सभासद, मल्हार रामराव, खाफीखान, साकी मुस्तैदखान, मनुची, ऑर्म इत्यादींचे साधन-ग्रंथ आधार म्हणून वापरलेले असले तरी त्यांचा मुख्य भर आहे तो सभासदाच्या आणि मल्हार रामरावाच्या बखरीवर या बखरींनी व्यक्त केलेला संभाजी महाराजांविषयीचा भाव आणि इतिहासकारांनी प्रकट केलेला भाव एकच आहे; आणि तो जर एकच येत असेल तर संभाजी महाराजांच्या विकृत प्रतिमेच्या शोधाचा मार्ग बखरींच्या गर्भापर्यंत जाऊन पोहोचतो हे आपण ध्यानात घेणे आवश्यक ठरते.

◆

मराठी बखरींतील 'संभाजी-दर्शन' कसे आहे?

मराठी बखरीत सभासद बखर व मल्हार रामराव चिटणीस बखर ह्या दोन प्रमुख व महत्त्वाच्या बखरी होत्या. कृष्णाजी अनंताची सभासद बखर ही संभाजी महाराजांच्या मृत्यूनंतर अवघ्या सात-आठ वर्षांनी लिहिलेली असल्याने ती तत्कालीन व अधिक महत्त्वाची मानली जाते. शिवछत्रपतींच्या कारकिर्दीचा वृतांत हा या बखरीचा मुख्य विषय आहे. शिवछत्रपतींचे कनिष्ठ पुत्र राजाराम महाराज यांच्या आज्ञेवरून आपण ही बखर कर्नाटकातील जिंजी या ठिकाणी स. १६९७मध्ये लिहून पूर्ण केल्याचे कृष्णाजी अनंत सभासद सांगतो. त्याने शिवछत्रपतींची तसेच संभाजी महाराजांची कारकीर्द अनुभवल्यामुळे त्याच्या लिखाणास इतिहासाभ्यासूंनी महत्त्वाचे स्थान दिले आहे. संभाजी महाराजांच्या चरित्राला उपयुक्त ठरू शकणारी दुसरी महत्त्वाची बखर म्हणजे मल्हार रामराव चिटणीसकृत संभाजीराजाची बखर होय. मल्हार रामराव हा सुप्रसिद्ध खंडो बल्लाळ चिटणीस याचा पणतू असून, तो सातारकर दुसरे शाहू महाराज यांच्या पदरी चिटणीस पदावर होता. ही चिटणीस बखर संभाजी महाराजांच्या मृत्यूनंतर १२२ वर्षांनी लिहिलेली आहे; पण संभाजी महाराजांवरील म्हणून स्वतंत्र अशी ती एकमेव बखर असल्याने व तिच्यावर आद्य इतिहासकारांनी व अलीकडच्या काही टीकाकारांनी आपली भिस्त ठेवल्याने तिलाही प्रस्तुत चर्चेत महत्त्वाचे स्थान आहे. प्रथम सभासदाच्या बखरीतील संभाजीचरित्राचा वृतांत पाहू :

सभासद बखरीतील 'संभाजी'

कृष्णाजी अनंत सभासद लिहितो – ''इतिकियांत संभाजीराजे राजियाचे पुत्र ज्येष्ठ राजियावर रुसून मोगलाईत गेले. ते जाऊन दिलेलखानास भेटले. मग त्यांनी बहुत सन्मान करून चालविले. पातशाहास दिल्लीस दिलेलखानांनी लिहून पाठविले की, 'राजियाचा पुत्र संभाजीराजा रुसून आपणाजवळ आला आहे त्यास गौरव करून आम्ही ठेऊन घेतला आहे. तर पातशाहांनी मेहेरबान होऊन त्यास नावाजावे म्हणजे

मराठी राज्यांत दुई (दुही) होईल. राज्यांतील लष्कर उठोन आपोआप येईल आणि किलेकोट साधतील म्हणून लिहिले. त्याजवरून पातशहानी विचार केला की, 'राजियाचा पुत्र आला आहे त्यास नावाजिता पातशाहीत फितवा करून पातशाही बुडवितील. नावाजू नये. हुजूर आणून कैदेत ठेवावा.' ऐसा विचार करून दिलेलखानास लिहून हुकूम पाठविला की, 'संभाजी राजियास घेऊन हुजूर येणे' असे लिहिले. तो अगोदर दिलेलखानाचा वकील पातशाहाजवळ होता. त्यांनी हे वर्तमान खानास लिहून पाठविले. ते वर्तमान खानास कळताच संभाजी राजियास सूचना करून पळविले.''

''ते पळून पन्हाळियास आले. हे वर्तमान राजियास पुरंधरास कळताच संतोष पावून पुत्राचे भेटीस पन्हाळियास आपण आले. मग पितापुत्रांची भेट जाहली. बहूत रहस्य जाहाले. त्या उपरि राजे म्हणू लागले की, 'लेकरा मजला सोडू नको. औरंगजेबाचा आपला दावा, तुजला दगा करावयाचा होता. परंतु श्रीने कृपा करून सोडून आणिला. थोर कार्य जाले. आता तू ज्येष्ठ पुत्र, थोर जालास, आणि सचंतर (स्वतंत्र) राज्य कर्तव्य हे तुझ्या चित्ती आहे असे आपणास कळले. तर मजला हे अगत्य आहे. तरि तुजलाहि राज्य एक देतो. आपले पुत्र दोघेजण. एक तू संभाजी व दुसरा राजाराम. ऐसियास हे सर्व राज्य आहे. यास दोन विभाग करतो. एक चंदीचे राज्य, याची हद्द तुंगभद्रा तहद कावेरी हे एक राज्य आहे. दुसरे तुंगभद्रा अलीकडे गोदावरी नदीपर्यंत एक राज्य आहे. ऐसी दोन राज्ये आहेत. त्यास तू वडील पुत्र, तुजला कर्नाटकीचे राज्य दिधले. इकडील राज्य राजारामास देतो. तुम्ही दोघे पुत्र दोन राज्ये करणे. आपण श्रीचे स्मरण करून उत्तर सार्थक करीत बसतो.' असे बोलिले. तेव्हा संभाजीराजे बोलिले , 'आपणास साहेबाचे पायांची जोड आहे. आपण दूधभात खाऊन साहेबांचे पायांचे चिंतन करून राहीन.' असे उत्तर दिधले. आणि राजे संतुष्ट जाहाले.''

''मग पितापुत्र बैसून. कुल राज्य आपले देखिले. कर्नाटक किती आहे व खजिना काय आहे? व कारखाने व मुत्सद्दी सरकारकून लोक कोण कोण? लष्कर, पागा शिलेदार किती? सरदार काय काय? गड कोठे... ऐशी तजवीज करून संभाजी राजियास पन्हाळ्यास ठेविले. त्याजवळ जनार्दन नारायण सरकारकून व सोनोजी नाईक बंकी व बाबाजी ढमढेरे असे ठेविले. आणि पुत्राचे समाधान केले की, 'आपण रायगडास जातो. धाकटा पुत्र राजाराम याचे लग्न करून येतो. मग राज्यभाराचा विचार कर्तव्य तो करू. तू वडील पुत्र आहेस. सर्वप्रकारे भरवसा तुमचा.' असे बोलून रायगडास गेले. धाकटा पुत्र राजाराम यास वधु पाहाता प्रतापराव पूर्वील सेनापती होत त्यांची कन्या नवरी नेमस्त केली आणि लग्न सिद्धीतें पावविले...''

''मग काही दिवसांनी राजास व्यथा ज्वराची जाहाली. राजा पुण्यश्लोक,

कालज्ञान जाणे. विचार पाहाता आयुष्याची मर्यादा जाली असे कळून जवळील कारकून व हुजरे लोक होते त्यामध्ये सभ्य, भले लोक बोलावून आणिले... मग त्यांस सांगितले की, आपली आयुष्याची अवधी जाली. आपण कैलासास श्रीचे दर्शनास जाणार. शरीर क्षीण देखून पन्हाळियावरि संभाजीराजे वडील पुत्र यांस सांगितले (होते) की, तुम्ही दोघे पुत्र आपणास. यांस राज्य वाटून देतो. आणि उभयता सुखरूप राहाणे म्हणोन सांगतले. परंतु वडील पुत्र संभाजीराजे यांनी ऐकिले नाही. शेवट आपला तो निदान समय दिसत आहे. राज्य म्या शिवाजीने चाळीस हजार होनाचा पुणे महाल होता, त्यावरि एक क्रोड होनाचे राज्य पैदा केले. हे गड, कोट व लष्कर पागा ऐसे मेळविले. परंतु मज माघारे हे राज्य संरक्षण करणार ऐसा पुत्र दिसत नाही. कदाचित धाकटा कुंवार राजाराम वाचला तर तो एक हे राज्य वृद्धीते पाववील. संभाजीराजे वडील पुत्र जाणता आहे. परंतु बुद्धि फटकळ आहे. अल्पबुद्धि आहे. त्यास काय करावे! आपण तो प्रयाण करतो...''

''आपणा माघारे संभाजीराजे पराक्रमाने राज्य सर्व आटोपतील. लष्करहि थोरला राजा संभाजी म्हणून त्यांजकडे डौल देऊन मिळतील. राजाराम धाकटा म्हणून याजकडे लष्कर येणार नाही. सरकारकून (मंत्री) राजारामाचा पक्षपात करून उभयता बंधूस राज्य वाटून दोन राज्ये करू म्हणतील. शेवट लष्करचे मराठे कारकुनांचे विचारात येणार नाहीत. शेवट अवघे कारकुनांसि विश्वास देऊन धरतील. संभाजीराजे हे आपले वेळचे थोर थोर ब्राह्मण यांस मारील. ब्राह्मणहत्या करील. पुढे मराठे यांस लष्कराचे सरदारांसहि मारील, धरील, इजत घेईल. लहान माणसे, गुलाम, यांचा पगडा पडेल. आणि थोर लोकांची चाल मोडील. संभाजी कैफ खाईल. गांजा ओढील, इष्कबाजी करील. गड-कोट-देशामध्ये अनाईक होईल. राजा परामृष करणार नाही. द्रव्य खजिना सर्व उडवील. सर्व राज्य गमावील. संभाजीचे गुण ऐकून औरंगजेब दिल्लीहून चालून येईल. भागानगर, विजापूर मोगल घेईल. हे राज्यहि घेतील. आणि संभाजी शेवट दगा खाईल... मग राजाराम राज्य करू लागेल. तेव्हा तो गमाविले राज्य साधील. मजपेक्षा पराक्रम विशेष करील. ही पुत्रांची लक्षणे.''

''आता कारकुनामध्ये माझे वेळचे कारकून यांस तो संभाजी वाचू देणार नाही. त्यांपैकी एक प्रल्हादपंत निराजीपंतांचे पुत्र व रामचंद्रपंत निळोपंतांचे पुत्र, हे दोघे ब्राह्मण पराक्रमी होतील. निळोपंत, प्रधानाचा पुत्र, हाहि नाव धरील यावेगळे कोणी होणार होतील. मराठ्यांमध्ये बहुतेक संभाजी मोडील. उरल्यापैकी संताजी घोरपडे व बहिरजी घोरपडे व धनाजी जाधव हे जरि वाचले तरि हे तिघे मोठे पराक्रम करतील. मोडिलें राज्य हे तिघे ब्राह्मण व तिघे मराठे सावरतील असे बोलले.''

''येणेप्रमाणे राजे बोलिले, सर्वांचे कंठ दाटून नेत्रांपासून उदक स्रवू लागले.

परम दुःख जाले. त्याउपरि..... (शिवाजी महाराजांनी) दशद्वारे फोडून प्राणप्रयाण केले...''[१]

सभासद बखरीची चिकित्सा

संभाजी-चरित्राच्या दृष्टीने सभासद बखरीतील पुढील मुद्दे महत्त्वाचे आहेत :

१. संभाजी महाराजांच्या युवराज कालातील तथाकथित दुर्वर्तनाचा उल्लेख सभासद करीत नाही. शिवाजी महाराजांवर रुसून संभाजीराजे मोगलाईत गेले एवढेच तो सांगतो. कारण देत नाही. पुढे शिवाजी महाराजांच्या तोंडी जे वाक्य घातले आहे, ''सचंतर राज्य कर्तव्य हे तुझ्या चित्ती आहे.'' त्यावरून सभासदास काय म्हणावयाचे आहे ते समजते.

२. दिलेरखानाशी वितुष्ट येऊन नव्हे तर त्याच्याच सल्ल्याने संभाजीराजे मोगली छावणीतून निसटले; त्यास कैद करून दिल्लीस घेऊन यावे, असा हुकूम बादशहाने खानास केला होता.

३. शिवाजी महाराज व संभाजीराजे यांची भेट पन्हाळ्यावर फार ममतेच्या वातावरणात झाली. पिता-पुत्रात बहुत रहस्य झाले.

४. शिवाजी महाराजांनी राज्यविभाजनाचा प्रस्ताव युवराजासमोर मांडला; पण हा प्रस्ताव संभाजीराजांनी न स्वीकारता ''आपण दूधभात खाऊन साहेबांचे पायाचे चिंतन करून राहीन,'' असे मोघम उत्तर केले.

५. या भेटीनंतर शिवाजी महाराजांनी संभाजीराजांना सन्मानाने पन्हाळ्यावर ठेवले. कैदेत अगर नजरकैदेत नाही.

६. महाराजांनी त्यांना राजाराम महाराजांच्या लग्नास आपल्या बरोबर नेले नाही.

७. अंतकाल जवळ आल्यावर महाराजांनी राज्यातील प्रमुखांना बोलावून आपल्या मनीची चिंता सांगितली. संभाजीराजा राज्य राखणार नाही, असे भविष्य वर्तविले.

संभाजी महाराजांविषयीचा सभासदाचा मजकूर सत्य व कल्पित यांचे बेमालूम मिश्रण आहे. पन्हाळ्यावर पिता-पुत्राच्या भेटीत बहुत 'रहस्य' होऊन उभयतांची दिलजमाई झाली असणे स्वाभाविक वाटते; पण रायगडावर राजाराम महाराजांच्या लग्नास युवराजांना घेऊन जाण्याइतपत रायगडावरील वातावरण निवळलेले आहे, असे महाराजांना वाटत नव्हते. म्हणून ते सडेच रायगडाशी गेले. १५ मार्च १६८० रोजी गडावर राजाराम महाराजांचा विवाह साजरा झाला आणि लवकरच महाराज आजारी पडले. अल्पावधीत आजार विकोपास जाऊन ३ एप्रिल १६८० रोजी ते

---

१. सभासद बखर, पृ. ९३-९४, १०६-१०९

निधन पावले. मृत्यू समीप आला असता राज्यातील प्रमुख अधिकाऱ्यांना जवळ बोलावून संभाजीराजा हा राज्य राखणार नाही, क्रूर कृत्ये करील असे भविष्य वर्तविले, असे सभासद सांगतो; पण पन्हाळ्यावरील भेट ते महाराजांचा मृत्यू या तीन महिन्यांच्या अवधीत असे काय घडले होते की, महाराजांनी असे कठोर उद्गार काढावेत? महाराजांसारखा प्रेमळ व कर्तव्यदक्ष पिता शत्रूच्या गोटातून पश्चात्तापदग्ध होऊन परत आलेल्या आपल्या पुत्राविषयी अशी भविष्यवाणी करून त्याच्या मार्गात आपणहून संकटाचे काटे पेरील असे वाटत नाही. सर्वसाधारण व्यवहारनीतीत बसणारी ही गोष्ट आहे, असे नाही.

मग सभासदाने असे का लिहावे? ज्याने शिवाजी महाराज व संभाजी महाराज या दोन्ही राज्यकर्त्यांच्या कारकिर्दी पाहिल्या होत्या आणि अनुभवल्या होत्या, जो स्वराज्यातील अंतर्गत राजकीय वर्तुळात सतत वावरत होता, तो काही गैरमाहितीवर अथवा दंतकथांच्या आधारे लिहित होता असे कसे म्हणता येईल? तो माहितीचा पक्का आहे. राजकारणाचा जाणकार आहे. असे असताही त्याने संभाजीराजांविषयी असे लिहावे, याचा एकच अर्थ दिसतो की, 'उगवत्या सूर्यास नमस्कार' करण्याची राजकारणातील प्रवृत्ती त्याच्या ठिकाणी पुरेपूर वसत होती. सभासदाने आपली बखर राजाराम महाराजांचे जिंजीत वास्तव्य असता त्यांच्या दरबाराच्या आश्रयाने लिहून पुरी केली. त्यामध्ये संभाजी महाराजांची नालस्ती करून राजाराम महाराजांची स्तुती करण्याचा त्याचा हेतू नि:संशय स्पष्ट दिसतो.

सभासदाचे हे लिखाण निखालस 'राजकारणी' आहे; कारण त्याने संभाजी महाराजांची केलेली नालस्ती ही जशी खोटी आहे, तशी त्याने केलेली राजाराम महाराजांची अवास्तव स्तुतीही खोटी आहे. राजाराम महाराजांनी स्वराज्यसंरक्षणासाठी घेतलेले परिश्रम व स्वीकारलेले धोके लक्षात घेऊनही कोणीही इतिहासाचा अभ्यासक शिवाजी महाराजांच्या तोंडी घातलेल्या... "मग राजाराम मजपेक्षा पराक्रम विशेष करील," या सभासदाच्या उद्गाराशी सहमत होणार नाही. सभासदाचे हे वक्तव्य दरबारातील एखाद्या भाटास शोभणारे आहे; जाणकार मुत्सद्द्यास शोभणारे नाही.

मल्हार रामराव चिटणीसकृत बखरींतील 'संभाजी'

संभाजी महाराजांची सर्वांत जास्त बदनामी कुणी केली असेल तर ती मल्हार रामराव चिटणीस याने. त्याने आपल्या शिवछत्रपती व संभाजीराजे यांच्यावर तयार केलेल्या दोन बखरींत निर्माण केलेल्या संभाजीराजाच्या विकृत प्रतिमेचा प्रभाव १९व्या व २०व्या शतकातील इतिहासकारांवर व साहित्यिकांवर पडला. तेव्हा मल्हार रामरावाचे बखरीतील मूळ लेखन बारकाईने पाहणे या ठिकाणी अगत्याचे ठरते. मल्हार रामराव शिवछत्रपतींवरील बखरीत लिहितो :

"...परंतु (संभाजी राजांची) उग्र प्रकृती. (शिवाजी) महाराजांचे मर्जीनुरूप वागणे पडेना ऐसें होऊ लागले. काही दिवस राजगडी राहून रायगडी गेले... त्यांचा व्रतबंध करून युवराज्याभिषेक करावेसे मनात आणून व्रतबंध केला. परंतु संभाजी महाराजांची मर्जी एक प्रकारची! कोण्हे एके दिवशी हळदकुंकू समारंभ शीतलागौरी यास सर्व सुवासिनी स्त्रिया राजवाड्यात येणार. त्यात कोण्ही रुपवान स्त्री आली. तिजला महालात नेऊन बलात्कार-अविचार जाला. हे वृत्त (शिवाजी) महाराजांसही समजले. ते समयी बहूत तिरस्कार येऊन बोलले जे 'राज्याचे अधिकारी हे, अगम्यागमन श्रेष्ठ वर्णाचे ठायी जाले; सर्व प्रजा हे राजाचे कुटुंब आप्तसमान, हे पुत्र जाले तरी काय करावयाचे? यांचा त्याग करीन, शिक्षा करीन,' ऐसे आग्रह करून बोलले. ही बातमी संभाजी महाराज यांस समजली. त्याजवरून दोन घोडियांवर आपण व स्त्री ऐसे बसोन, पाच पंचवीस माणसे मावळे आपले खासगीची घेऊन रात्रीसच निघोन पाचवडास असता तेथून गेले. ते वेळे दिलेलखान औरंगाबादेस होते त्यांजपाशी गेले... (त्यांनी) बहुत सत्कार करून ठेविले... दिलेलखान यांणी आपली फौज काही बरोबर देऊन भूपाळगड जाऊन घ्यावा ऐसा विचार करून राजे यास रवाना केले. ते समयी तसे चालून येऊन वेढा घालून मोर्चे लाविले... किल्ला भांडवावा तरि (संभाजी) महाराज पुढे येणार, गोळा कसा टाकावा? म्हणून रात्रीस किल्ला सोडून (किल्लेकरी) निघोन (शिवाजी) महाराजांकडे गेले. किल्लेकरी काही राहिले त्यास किल्ला घेऊन धरिले. बहुतेकांचे डावे उजवे करून हातपाय तोडिले. उग्र शासन केले... माघारे निघोन दिलेलखान याजकडे गेले."

"(शिवाजी) महाराजास (हे) वर्तमान समजलियावरि म्हणून बहुत खिन्न जाले. संभाजी राजे यांजकडे कारकून पाठवून बोध करविला की, 'हे कृत्य तुम्ही करिता हे काय? आम्ही श्रम करून राज्य सोडविले हे तुम्हासाठी किंवा कोणासाठी? तेथे राहून, यवनांचा समागम करून पुन्हा आपली स्थळे व राज्य त्यांचे घरी घालावे हे बुद्धी धरली, हा अपाय तुमचा किंवा आमचा होतो?... मागील जाल्या गोष्टी त्या जाल्या, याउपरि तुम्ही निघोन यावे....' ऐसे महाराजांचे लिहिल्यावर... अनुताप होऊन स्त्रीसहवर्तमान युक्तीने निघोन आले. महाराजांचे दर्शन महाराज पन्हाळ प्रांती होते तेथे घेतले."

"ते समयी एकांती बसवून...' तुम्हासाठी राज्य किती संपादिले?... याचे अधिकारी तुम्ही. सर्व प्रजा हे तुमचे कुटुंब, लेकराचे ठायी मोजावे. राजे लोक तुम्ही. शतावधी स्त्रियां(शी) लग्न केले असता अथवा शक्तीनुसार शतावधी उपस्त्रिया नाटकशाळा ठेवून (वर्तन) केले असता युक्त आहे. परंतु अविचार अगम्यागमन करणे व परस्त्रीबलात्कार हे दोन्ही यशक्षयास कारण. पूर्वी मोठेमोठे राजे व रावणादिक राज्यकर्ते या दोषेंकरून (यांचे) राज्य (क्षयास) व कुलक्षयास गेले.

राज्यक्षयाचे करणे (योग्य) न होय' ऐसे घरोबियाचे रितीने जसे समाधान करून ये तसे करून पन्हाळा प्रात तीन लक्षांचा तालुका त्यांचे खर्चास नेमून देऊन...... याजप्रमाणे बंदोबस्त करून देऊन नजरबंद ऐसेच ठेविले. आणि महाराज निघोन रायगडी आले."

"या उपरि आपली अवधी पाच सात दिवस राहिली म्हणोन (शिवाजी महाराजांनी) सर्व मातबर सरकारकून व सरदार आदिकरून जमा करविले आणि सर्वास जवळ बोलावून बसवून सांगितले जे 'हे राज्य आपण मोठे पराक्रमे श्रीचे वरप्रदाने संपादिले... वडील पुत्र वये करून योग्य, परंतु क्रूर आणि व्यसनी, तेव्हा पुढील विचार (त्याचा) यथास्थित दिसत नाही. धाकटे पुत्र गुणकरून युक्त; परंतु वयेकरून लाहान व धाकटेच. तेव्हा विभाग करून द्यावे, परंतु विभागांनी चार मातबर लोभाविष्टपणे एकांत एक विरुद्ध चालतील. तेणे करून राज्यवृद्धी राहून कलह प्राप्त होईल. राज्य ऐसी मर्यादा राहाणार नाही. वडिलांनी राज्य करावे, कनिष्ठांनी त्यांचे आज्ञेत चालून सेवा करावी, ऐसे राजधर्म; तो योग दिसत नाही. शत्रूस संधी होतील. हे राज्य देवाचे देणे, (त्याचा) नाश होईल. वडील (पुत्र) संभाजी राजे, याजकरितां त्याजकडेच सर्व लोक पाहातील व पाहाणे प्राप्त. परंतु त्यांची चाल एक प्रकार(ची.) सरकारकून व योग्यतेची माणसे ज्यांनी जिवाभ्य श्रम राज्यवृद्धीसाठी केले ती थोर थोर माणसे यांच्या (ते) अप्रतिष्ठा करतील, (त्यांचा) नाश करतील. राज्याचा व द्रव्याचा नाश करतील, बुडवितील, लाहान माणसांचे सहवासेकरून थोरांच्या अप्रतिष्ठा होतील. निर्नायकी होईल. आम्ही पाया घातला. माणसे गुणसंपन्न मेळविली, वाढविली ती राहाणार नाहीत. द्रव्य, खजीना सर्व नाश पावेल. मोठा सबळ शत्रू औरंगजेब... हे राज्य घेऊन इच्छील. तेव्हा संभाजीचे वस्तू रक्ष(व)णार नाही. परंतु (हे) होणारच ऐसे दिसते..." इतके बोलून देहत्याग करून अवतार समाप्त केला."[२]

हाच मल्हार रामराव संभाजीराजांवरील बखरीत लिहितो :

..."शिवाजी महाराज यांणी कैलासवास केला. ते समयी मातोश्री सोयराबाईसाहेब यांणी मुत्सद्दी हाती घेऊन मोरोपंत प्रधान व निळोपंत अमात्य व अणोजी दत्तो सचिव हे प्रमुख व हंबीरराव मोहिते सेनापती व रुपाजी भोसले... असे सर्वांनी विचार केला की, 'महाराज यांणी आज्ञा केली आहे की, 'संभाजी महाराज यांची उग्र प्रकृती. यांस राज्य आवरणार नाही. सर्वांचा नाश करून आपणही नाश पावतील. औरंगजेब महाशत्रू भागानगर प्रांतासमीप येऊन पावला. त्याचा पराभव यांचे वस्तू होणार नाही. राजाराम सुबुद्ध व यांचे हाते राज्यरक्षण होऊन सर्वांचे कल्याण घडेल. त्या अर्थी

---

२. चिटणीस बखर (शिवाजी), पृ. २३५-२३८, २४८-२४९

संभाजीराजे यांस (पन्हाळा) आहेत तसेच तेथील बंदोबस्त करवून कैदेत राखून राजाराम यांसच घेऊन, राज्य रक्षून, कारभार चालवावा...''

''यास्तव कृतनिश्चय करून राजाराम घेऊन राज्य चालवावेसे केले. सेनापती याणी फौज घेऊन कोल्हापुरी जाण्यास कऱ्हाड प्रांती जावे... आणि बाळाजी आवजी यांस बोलावू केले. सरदार (यास) व पन्हाळा येथे बंदोबस्ताची पत्रे लिहावी म्हणून सांगितले. त्यांनी (बाळाजीने) उत्तर केले की, 'आम्ही दरखदार राजाचे. खावंद वडील संभाजी महाराज असता अशी पत्रे आम्ही लिहिणार नाही'... ते समयी निरुपाय व साहेबांची इतराजी दिसोन आली.' त्यावरून मी लिहीत नाही. मूल आवजीबावा आहे, त्यास स्वाधीन करितो. पाहिजे तसे करवा.' म्हणोन उठोन गेले. आवजीबावापासून पत्रे लिहून रवाना केली. पन्हाळ्यास हवालदार बहिरजी नाईक इंगळे होते व सोमाजी नाईक बंकी व कृष्णाजी बंकी व हिरोजी फरजंद यास... पत्रे पाठविली... संभाजी महाराज यास कैद करून बहुत सावधपणे असावे. महाराजांचे वर्तमान फुटू देऊ नये...''

''(हे) वर्तमान राजांस समजू नये असे केले असता येवढी थोरली गोष्ट... दबून कशी राहती? कर्णोपकर्णी राजे यांस श्रुत जाहले. (जासूदांनी) जाहले वर्तमान सविस्तर सांगितले... तत्काळीच त्यास बेड्या घालून कैद केले. हिरोजी फरजंद काही कारखाना जवाहीर वगैरे घेऊन पळून चिपळुणाकडे गेला. सोमाजी नाईक बंकी व सूर्याजी कंक मावळा सरदार या उभयतास मारून टाकिले. रायगडी फितूर जाहला, सोयराबाईसाहेब व अष्ट प्रधान यांणी राजकारणे करून (ते) राजारामास राज्य देणार, आम्हास कैद करणार, त्या अर्थी पक्केपणी याचा विचार करावा म्हणून किल्ल्याचा पक्का बंदोबस्त करून काही दिवस (पन्हाळ्यावर) राहिले.''

''इकडे राजाराम यांस विचार करून सर्वांनी शके १६०२ वैशाख वद्य ३ तृतीयेस मंचकारूढ करून कारभार चालविला.... (पुढे संभाजीराजे रायगडावर आल्यावर)... कंक व सरनोबत भेटले आणि कान्होजी भांडवलकर हवालदार सदरेस होते त्यास आधी कैद केले. आणि मोरोपंत प्रधान व अणाजी सचिव यांचे घरी चौक्या पाठवून कैद केले. माल सावंत वगैरे लोक फितव्यात होते ते दहा पंधरा आसामी तेच समयी मारिले. पिलाजी शिर्के (यांनी) दहा पंधरा हजार मावळे लोक जमा करून सर्व किल्ल्याचे खबरदारीस नेमून चौक्या उठवून, त्यांचे लोक बसवून किल्ल्याचा बंदोबस्त केला. सोमाजी नाईक बंकी त्याचा लेक होता. त्यास टकमकीवरून लोटून दिला व मारला व बापूजी भाऊराव व सूर्याजी काळे यांची डोसकी मारली... मोरोपंत प्रधान व सचिव यांची घरे लुटून बेड्या घातल्या. राजारामसाहेब यांस नजरबंद केले. वाड्यात आले. सोयराबाईसाहेब यांजपाशी जाऊन बाईसाहेब कोठे आहेत म्हणून बहुत क्रोधे करून विचारिले. ते समयी जवळील बायका सर्व भये

करून निघाल्या. 'तुम्ही राज्य-लोभास्तव महाराजांस विषप्रयोग करून मारिले' असा आरोप शब्द बोलून, कोनाडा भिंतीस करून त्यात सोयराबाइसाहेबांस चिणोन, दूध मात्र घालीत जावे (असे) सांगून 'आता पुत्रास घेऊन राज्य करावे' असे बोलिले. त्यानंतर तीन दिवस ती तशीच होती. तिसरे दिवशी प्राण गेला, हे कळल्यावर दहन केले. क्रिया करविली. ऐसेपरी उग्रपणे मातबर सरदार दोनशेपर्यंत माणूस शासन करून उग्र दंड केला. प्रळय केला.''

... ''कवि कलुषा कबजी म्हणोन कनोजी ब्राह्मण बहुत विद्वान, मंत्रशास्त्र विद्या आगम त्यांस बहुत गम्य असे होते. त्यांची स्त्रीही चतुर होती. त्यांणी महाराज वश करावे म्हणून वशीकरण मंत्रप्रयोग करून महाराजांची बहुत जवळीक व कृपा संपादून अगोदर समीप राज्याभिषेकापूर्वी होतेच... पुढे दिवसेंदिवस बुद्धीचा भ्रंश पडून त्या मार्गात अनुसरावे असे केले. रेडे मारून त्यांचे ओले कातड्यावर अनुष्ठाने व मद्यमांस पशुवध बहुल करू लागले... बाळाजी आवजी चिटणीस यांचा व दादाजी रघुनाथ प्रभू देशपांडे महाडकर यांचा (एकमेकाशी) बहुत द्वेष होता. त्याणी चिटणिशी व कारखाननिशी आपण करावी हे इच्छा (धरून) महाराजांस सुचविले जे बाळाजी आवजी चिटणीस यांणी पत्रे फितव्याच्या एकंदर राज्यांत व पन्हाळ्यास लिहिली असता त्याजवर कृपा करू नये... तेव्हा महाराज यांणीही फितव्यात होते असे उत्तर केले... महाराजांची मर्जी क्रूर.... बाळाजी आवजी व त्यांचे वडील पुत्र आवजी बल्लाळ व (बंधू) शामजी असे तिघेही हत्तीखाली घालून मारिले व अणाजीपंत सचिवही मारिले व हिरोजी फरजंद यासही मारिले... दिवसेंदिवस कबजीचे स्वाधीन अधिकच होत चालले. इतबार (विश्वास) मनसबा सर्व त्याचेच स्वाधीन. कोणीही पुरातन राज्यातील इतबारी त्याची प्रतिष्ठा ठेवावी अथवा मसलतीत घ्यावा हे गोष्ट (न) राहिली. उग्रपणे शासन कोण्ही वर्णविचार न करिता शिरच्छेद करावा ऐसे करीत चालले. कबजीचे सहवासे त्याचे वाममार्गकर्म तेणेकरून फारच विचार राहिला नाही. माणूस मात्र फारच त्रास पावते जाले. सर्व प्रजेचीही क्षोभता जाली. न्यायाची रीत राहिली नाही. देवब्राह्मणांचे ठायीही निष्ठा राहिली नाही. असे आचरण धरिले. एक कबजी सांगतील ते प्रमाण.... त्या नादे महाराज चालणार, त्यासच अनुमोदन देणे. मग विचार काय राहिला? तजकरे (दंड) घ्यावे, घरे बुडवावी, नागवावे....''

''... ऐशी राज्यक्षयाची लक्षणे होत चालली.... पागा, हत्ती, सर्व कारखाने, फौज जिकडील तिकडे बेनिगेने बुडाले मेले, गेले. फौजेचा दरकार नाही. बुडाली. लोक नामी माणसे कर्ती चहूंकडे चार गेली. पिलाजी शिर्के व तानाजी शिर्के, गणोजी शिर्के हे महाराजांचे आप्त. याणी राजा वेडा जाला, कबजीने वश केले, राज्य बुडते, त्या अर्थी हिय्या करून शिवाजी राजे (बालशाहू) शिर्के यांचे भाचे,

यांस घेऊन राज्यावर बसवावे. राजाराम काढून त्याचे हाते कारभार-चालवून राज्य रक्षावे ऐसे राजकारण केले. ते संभाजी महाराज यांस समजले फुटले. आधीच क्रूर मर्जी. यात यांजपासून अंतर ऐसे समजले. तेव्हा इतराजी केली. घरी जप्ती पाठविली. (घरे) लुटली. जाळली. एक दोन शिर्के सापडले ते मारिले. शिर्के जेथे असतील तितके मारावे ऐसी आज्ञा करून शिरकाण करविले...''

''.... पुढे बादशहा मोहीम करून फौज रवाना केली. ते अलियावरि (संभाजी) महाराजांनी (कबजी) बावांस कळवावे सांगितले. बावांनी विचार सांगितला, 'हे फौज अलियाची काय मुजाका (पर्वा) आहे? प्रयोगास प्रारंभ करून एक क्षणात नाश होय ऐसे करितो...' इलाचीबेग (शेख निजाम) विशाळगडाचे घाटे उतरून हजार पांचशेनिशी पुढे आला. बातमी नेली. त्यांत महाराज बेहोष, तजवीज तयारी काही एक नाही. त्या अर्थी वकिलीस आलो ऐसा बाहाणा करून, पुढे पत्रे पाठवून, दौड करून संगमेश्वरी जाऊन पोहोचला. ते समयी सर्व लोक राहिले तेही पळाले आणि रायगडास गेले. येसूबाईसाहेब व शिवाजी राजेही रायगडीच होते. (शत्रूची) फौज येऊन पावली. इलाची बेग आला म्हणोन महाराजांस बातमी सांगितली. तेव्हा 'बावा कोठे आहेत? त्यांस बोलावा. का आले ते शोध करून त्यास पुढे भेटीस जावयास सांगा' ऐसे म्हणतात तो दरवाज्याजवळ (शत्रू) येऊन पावले. तेव्हा लोकांनी 'अद्यापि सावध व्हावे. आपणास पाठीशी बांधून काढून पन्हाळ्यास नेतो' ऐसे बोलले असता न ऐकत. तो जवळ शेपन्नास मात्र माणूस राहिले. खासाच उठोन दरवाज्यात आले. तो इलाचे बेग याणे पुढे होऊन धरले आणि कैद केले. कोणी हत्यार धरिले त्यास तेच वेळेस मारिले. कबजी बावासही कैद करून पादशाहा तुळापुरी मुक्कामास आले (होते) तेथे इलाचीबेग यांणी महाराजांस धरून... दहापाच हजार फौजेने जमावानिशी तुळापुरास जाऊन पोहोचला.''

''त्या नंतर पादशाहास वर्तमान पोहोचलियावरि कबजीस नेऊन गुजरला तेव्हा पादशाहा बोलले जे 'हा आहमक (मूर्ख) कबजी याणे येवढे राज्य राजास वेडे करून बुडविले. यास लागलाच सुळी देऊन, तीरमार करून मारा, म्हणून सांगितले. त्याप्रमाणे मारला. संभाजी राजे धरून आणिले ते समयी पादशाहा बहुत खुषी होऊन कृतकृत्य जाले.... संभाजी राजे बत्तीस पस्तीस वर्षात तारुण्य पूर्ववयात, बहुत स्वरूपसुंदर होते. पादशाहांनी पाहून विचार केला की, यास बाटवावा. मुसलमान करून नंतर मनसब सरदारी देऊन ठेवावा. म्हणजे मुसलमानी झाली. हा पुरुष चांगला व थोरले घरंदाज (कुळातील) आहे. म्हणून विचारावयास पाठविले की, 'तुम्ही बाटावे म्हणजे जीव वाचवून तुमची दौलत तुमचे स्वाधीन करितो.' त्याजवरून राजे बाणी उत्तर केले की, 'बाटा म्हणता तरि ही गोष्ट घडावयाची नाही. ज्या अर्थी कैदेत आलो तेव्हा वाचणे ते काय? तुमचे विचारास येईल ते करावे. तथापि तुमची

बेटी द्यावी म्हणजे बाटतो.' ऐसे उत्तर सांगून पाठविले. त्याजवरून पादशहास कोप आला. आणि सर्व वजीर अमीर यांस विचारले की यास काय करावे? तेव्हा सर्वांनी सल्ला दिली जे 'हा आहमक आहे. बेहोष व उद्दाम आहे. याचा शिरच्छेद करावा' याप्रमाणे बोलताच आयुर्दाय सरला तशी पादशाहास बुद्धी होऊन शिरच्छेद करावयास सांगितले. तेव्हा तत्काळ आणून तुळापुरावरि शके १६१० विभवनाम संवत्सर यांत मारिले. संभाजीराजे सुरतपाख म्हणोन पादशाहा बोलून ठेवीत होते; त्यांणी उत्तर केले की तुमची बेटी द्यावी. त्याजवरून पादशाहा त्याचा वध करितात, हे बेगमेस कळोन सांगोन पाठविले की वध करून नये तो मारिले. याजमुळे बेगम बोलली जे त्याचा प्राण माझे नावे करून गेला; याउपरि आपण दुसरा भ्रतार करणार नाही. ऐसा निश्चय करून राहिली. हे पादशाहास समजले."[३]

सुमारे दीडशे वर्षांहून अधिक काल संभाजी महाराजांची एक विशिष्ट विकृत प्रतिमा महाराष्ट्रातील जनमानसात रूढ आणि दृढ करण्यास मल्हार रामरावाची बखर आणि सभासदाची बखर या दोन बखरी मोठ्या प्रमाणावर कारणीभूत ठरल्याने त्यांच्यामधील उतारे थोड्या विस्ताराने दिले आहेत. (इतर शिवदिग्विजय, मराठी साम्राज्याची छोटी बखर इत्यादी बखरी ह्या बऱ्याच उत्तरकालीन असून, त्यामधील संभाजी महाराजांच्या कारकिर्दीसंबंधी चिटणीस बखरीसारखाच किंबहुना त्याहून अधिक विपर्यस्त मजकूर येतो. तेव्हा विस्तारभयास्तव त्यातील संदर्भ घेतलेले नाहीत.)

चिटणीस बखरींची चिकित्सा

मल्हार रामरावाच्या बखरींची चिकित्सा करण्यापूर्वी एक महत्त्वाची बाब लक्षात घेतली पहिजे. ती म्हणजे संभाजी महाराजांच्या कारकिर्दीनंतर त्या तब्बल सव्वाशे वर्षांनी लिहिलेल्या आहेत. सभासद आणि मल्हार रामराव त्या दोघाही बखरकारांचे संभाजी महाराजांच्या संबंधीचे बरेच लिखाण विपर्यस्त व कल्पित आहे; पण त्याची कारणे भिन्नभिन्न आहेत. सभासदाचे लिखाण राजाराम महाराजांची मर्जी संपादन करण्यासाठी स्वार्थी भूमिकेतून केले गेले आहे; तर मल्हार रामरावाचे लिखाण पूर्वग्रहदूषित दृष्टिकोनातून केले गेले आहे. मल्हार रामरावाचा खापर पणजोबा, बाळाजी आवजी चिटणीस, यास संभाजी महाराजांनी हत्तीच्या पायी देऊन ठार मारले; याचा राग इतक्या पिढ्यांनंतरही गेलेला नव्हता. तोच राग संभाजी महाराजांविषयी त्याचा पूर्वग्रह निर्माण करण्यास कारणीभूत ठरला असावा.

विशेष म्हणजे बाळाजी आवजी, खंडो बल्लाळ या पूर्वजांविषयी लिहिताना त्याने त्यांच्या प्रतिमा उजळून टाकल्या आहेत. तथापि, संभाजी महाराज गादीवर

३. चिटणीस बखर (संभाजी), पृ. १-६, १०-१२, २१, २३, २५-२९

येऊ नयेत म्हणून झालेल्या कटात, किंवा त्यानंतर त्यांच्यावर झालेल्या विषप्रयोगाच्या आणि अकबराशी संगनमत केल्याच्या कारस्थानांत बाळाजी आवजीचा काही भाग होता हे तो कोठेच नमूद करत नाही! उलट शिवाजी महाराज, संभाजी महाराज आणि राजाराम महाराज या तीन राज्यकर्त्यांवर लिहिलेल्या बखरीत चिटणीस घराण्यातील व्यक्तींनी कशी एकनिष्ठा व मोठी कर्तबगारी दाखविली यांचीच प्रत्यही उदाहरणे देत राहतो.

चिटणिसाचा मजकूर कल्पित अतएव विकृत का झाला, याची मीमांसा केल्यावर आता आपण बखरीतील मजकुराच्या चिकित्सेकडे जाऊ.

रायगडावर राजवाड्यात हळदी-कुंकवाच्या समारंभास जमलेल्या स्त्रियांपैकी एका रूपवान ब्राह्मण स्त्रीवर युवराज संभाजीराजाने अत्याचार केल्याची चिटणिसाने सांगितलेली कथा संभाजी महाराजांच्या चारित्र्यावर गंभीर आरोप करणारी आहे. या कथेचा प्रभाव पाऊणेदोनशे वर्षे संभाजी महाराजांच्या चारित्र्याची चिकित्सा करणाऱ्या पंडितांवर पडून राहिला आहे. अशा प्रकारची ही कथा खरी आहे असे मानणाऱ्याचे सर्वांत जुने उदाहरण आहे ग्रँट डफचे, तर सर्वांत ताजे उदाहरण आहे प्रा. वसंत कानेटकरांचे. तेव्हा या कथेची चिकित्सा थोडी खोलात जाऊन करावयास पाहिजे.

१. पहिला मुद्दा असा की, मल्हार रामराव ही स्त्री कोणाची (कन्या की सून?) हे सांगत नाही. कोणे एके दिवशी... अशी पुराणकथेसारखी कथेची सुरुवात मोघमात करतो. मल्हार रामरावास ही कथा कोणी सांगितली किंवा त्याने ती कोठून घेतली हे त्याची ही कलाकृती 'बखर' असल्याने विचारण्याची सोय नाही! संभाजीराजा म्हणजे कोणी गुंड होता की काय, ज्याने समारंभास जमलेल्या रूपवान स्त्रीवर राजवाड्यात अत्याचार करावा? पुण्यश्लोक जिजाबाई आणि शककर्ते शिवाजी महाराज यांसारख्या असामान्य चारित्र्यसंपन्न माणसांच्या संस्कारात वाढलेला हा मराठ्यांचा युवराज इतका निर्ढावलेल्या गुन्हेगारासारखे वर्तन करेल ही कल्पनाही करवत नाही! आणि सर्वांत महत्त्वाची गोष्ट म्हणजे ज्या रायगडावर ही घटना घडली असे सांगण्यात येते, त्या गडावर संभाजीराजे या वेळी नव्हतेच! मल्हार रामराव सांगतो की, ही घटना घडल्यानंतर पित्याचा रोष ओढवून त्याची शिक्षा टाळण्यासाठी संभाजीराजे रायगडाहून दिलेरखानाच्या गोटात पळून गेले. प्रत्यक्षात ते सज्जनगडाहून खानाच्या गोटात गेले; आणि त्यापूर्वी त्यांचा मुक्काम द. कोकणात शृंगारपुरी पाऊणेदोन वर्षे होता. जो रायगडावर नव्हताच त्याच्या नावाची बखरकाराने अशी बदनामी केली!

२. संभाजी राजे दिलेरखानाच्या गोटातून परत आल्यानंतर पन्हाळ्यावरील भेटीत पिता-पुत्रांत जे संभाषण झाले त्याचा वृत्तांत सभासद एक देतो, तर मल्हार रामराव दुसरा देतो. सभासदाने राज्यविभाजनाचा प्रश्न संभाषणात आणला आहे, तर मल्हार रामरावाने रायगडावरील ब्राह्मण स्त्रीवरील अत्याचाराचा प्रश्न आणला आहे, यातील खरा वृत्तांत कोणता समजायचा? आमच्या मते ही दोन्हीही संभाषणे

कल्पित आहेत. या राज्यविभाजनाच्या प्रश्नावर पुढे चर्चा येईलच.

३. पिता-पुत्राच्या या भेटीनंतर शिवाजी महाराजांनी संभाजीराजांस पन्हाळ्यावर 'नजर बंद' करून ठेवल्याचे मल्हार रामराव सांगतो. इतिहास स्पष्ट सांगतो, की पन्हाळ्यावर युवराज स्वतंत्र होता. एवढेच नव्हे तर पन्हाळा सुभ्याचा कारभार त्यास महाराजांनी सांगितलेला होता.

४. सभासदाप्रमाणेच मल्हार रामरावाने शिवाजी महाराजांच्या तोंडी मृत्युपूर्वीची भविष्यवाणी घातली आहे. सभासदाची ही सहीसही नक्कलच आहे. तेव्हा त्यावर वेगळे भाष्य करण्याची गरज नाही.

५. शिवाजी महाराजांच्या निधनानंतर राणी सोयराबाईच्या पुढारपणाखाली राजाराम महाराजांस गादीवर बसविण्याचा जो कट झाला त्यात हंबीरराव मोहिते सरसेनापती नव्हता. उलट त्याने तर हा प्रधानांचा कट उधळून लावला. याची कल्पना मल्हार रामरावास नाही. तो हंबीररावाचे नाव कटवाल्यांच्या यादीत घालतो!

६. या वेळी संभाजीराजांच्या बंदोबस्तासाठी रायगडावरून जी पत्रे गेली ती बाळाजी आवजीच्या हातची नव्हती; ती त्याच्या पुत्राच्या हातची होती, अशी जी मल्हार रामरावाने कथा रचलेली आहे ती बाळाजी आवजीस दोषमुक्त करण्यासाठी केलेली मखलाशी होय, हे उघड आहे.

७. सोयराबाईच्या संमतीने रायगडाहून मोरोपंत, आण्णाजी दत्तो, प्रल्हाद निराजी इ. प्रधान पन्हाळ्याकडे संभाजी महाराजांना कैद करण्यासाठी येत असता मार्गात हंबीररावाने त्यांनाच कैद केले व पन्हाळ्यावर नेऊन संभाजी महाराजांपुढे हजर केले. हा इतिहास मल्हार रामरावाच्या गावीही नाही. तो लिहितो की, संभाजी महाराज रायगडावर आल्यावर मोरोपंत आणि आण्णाजी दत्तो यांना कैद केले गेले.

८. रायगडावर आल्यावर संभाजी महाराजांनी सोयराबाईस भिंतीत चिणून मारले, ही मल्हार रामरावाच्या कल्पकतेची मोठीच करामत आहे! कारण सोयराबाई यानंतर एक वर्षाहून अधिक काळ जिवंत होती!

९. बाळाजी आवजीच्या वधासंबंधी मल्हार रामराव सत्येतिहास सांगत नाही. दादाजी रघुनाथ प्रभू देशपांडे याने व्यक्तिगत स्वार्थासाठी संभाजी महाराजांना बाळाजी 'फितव्यात होते' अशी दिशाभूल करून मारावयास लावले, अशी कथा सांगतो. वस्तुस्थिती अशी होती की, जून-जुलै १६८१च्या सुमारास जे दोन कट झाले त्यामध्ये बाळाजीचे अंग होते, हे उघड होताच संभाजी महाराजांनी त्यास हत्तीच्या पायी दिले; पण मल्हार रामराव हे सांगत नाही. त्याचा सर्व रोख संभाजी महाराजांस बदनाम करण्याचा आणि बाळाजी आवजीची प्रतिमा उजळविण्याचा आहे.

१०. संभाजी महाराजांच्या कारभारासंबंधीचे जे बेबंदशाहीचे चित्र रेखाटले आहे ते वस्तुनिष्ठ नाही. "न्यायाची रीत राहिली नाही. देवब्राह्मणाचे ठायीही निष्ठा राहिली

नाही.'' हे मल्हार रामरावाचे उद्‌गार तत्कालीन कागदपत्रांतील खुद्द संभाजी महाराजांच्या उद्‌गारांशी सुसंगत वाटत नाहीत. तत्कालीन कागदपत्रांत – ''देवाचा मोहत्सविध येथासांग करीत जाणे. कोण्हेविसी अंतर पडो ने देणे.'' – ''श्री (रामदास) स्वामीच्या समुदायांना काडीइतके अंतर पडो न देणे'' – ''श्रीचे कार्यास हैगै कराया तुम्हाला गरज काय?'' – ''धर्मकार्यास खलेल न करणे.'' अशा प्रकारचे संभाजी राजांचे उद्‌गार आढळतात. हे उद्‌गार देवब्राह्मणांच्या - साधुसंतांच्या विषयी त्यांच्याठायी असणाऱ्या निष्ठांवर प्रकाश टाकणारे आहेत.[४]

११. शिरकाण-म्हणजे संभाजी महाराजांनी क्रूरपणे शिर्क्यांची केलेली कत्तल-ही मल्हार रामरावाने वर्णिलेली व्युत्पत्ती-कथाही कल्पित असल्याचे सुप्रसिद्ध इतिहासकार वा. सी. बेंद्रे यांनी सिद्ध केलेलेच आहे. शिर्क्यांच्या जहागिरीस शिरकाण असे म्हणत असत.

१२. आता शेवटचा मुद्दा म्हणजे संगमेश्वर येथील संभाजी महाराजांची कैद. कबजीच्या नादाने बेहोश होऊन राजा कैदेत पडला; हा मल्हार रामरावाचा वृत्तांत त्याच्या लेखनशैलीस सुसंगत असाच आहे. त्याची चर्चा पुढे येणारच आहे. येथे फक्त एवढेच नमूद करू की संभाजीराजा बेहोशीमध्ये नव्हे तर शत्रूशी झालेल्या चकमकीनंतर पकडला गेला होता.

अशा प्रकारे जनमानसांत रूढ झालेल्या संभाजी महाराजांच्या विकृत प्रतिमेचा शोध सभासद-मल्हार रामराव यांच्या बखरीपर्यंत जाऊन पोहोचतो. त्यामध्ये मल्हार रामराव हाच या विकृतीस अधिक जबाबदार आहे.

सारांश, मराठी बखरकारांनी मराठी माणासांसमोर 'दुराचारी व दुर्वर्तनी' संभाजीराजा निर्माण केला. बेंद्र्यांनी बखरकारांना दोष देताना म्हटले आहे : ''बखरकारांची ही कथाख्यानी थाटाची पौराणिक लेखनपद्धती व इतिहासशास्त्राचे तत्कालीन गाढ अज्ञान हीच मुख्यत: या विपर्यस्त विचारसरणीस कारणीभूत झालेली आहेत. बखरीच्या लेखनकालासमयीच्या वर्णाश्रमधर्मपद्धतीतील विचार-आचारातील वैगुण्यही बखरींच्या पूर्वग्रहदूषित व विशिष्ट वळणास जबाबदार आहे.''[५]

पण आमच्या मते या वैगुण्यांबरोबर बखरकारांच्या ठिकाणी स्वार्थापोटी आणि आपल्या पूर्वजांविषयी वाटणाऱ्या अनाठायी अभिमानापोटी जी पक्षपाती व पूर्वग्रहदूषित अशी दृष्टी तयार झाली, तीही मोठ्या प्रमाणावर या त्यांच्या विकृत लिखाणास कारणीभूत ठरली आहे.

◆

---

४. छत्रपती संभाजी स्मारक ग्रंथ, परिशिष्ट क्रमांक ५

५. छत्रपती संभाजी महाराजांचे विचिकित्सक चरित्र, पृ. १

संभाजीराजांविषयी नवी जाणीव

बखरकारांनी, त्यांच्या पठडीतील इतिहासकारांनी व साहित्यिकांनी महाराष्ट्रात निर्माण केलेली संभाजी महाराजांची विकृत प्रतिमा पुसून तिथे एका तेजस्वी, पराक्रमी व कर्तबगार संभाजी प्रतिमेची स्थापना करण्याचे श्रेय जाते ते वा. सी. बेंद्रे यांच्याकडे; पण तत्पूर्वी असा काही प्रयत्नच झाला नाही असे नाही. असा एक प्रयत्न महाराष्ट्रातील सत्यशोधक चळवळीतील एक विचारवंत व कार्यकर्ते भाऊसाहेब पवार (चितळी, जि. सातारा) यांच्याकडून सन १९२८ साली झाला आहे. हा प्रयत्न उपेक्षित तर राहिलाच, पण आजच्या पिढीला भाऊसाहेब पवार व त्यांचे संभाजीचरित्र याची पुसटशी ओळखदेखील नाही. ही विस्मृतीची धूळ झटकून पवारांचे संभाजी चरित्रामधील निष्कर्ष आपण पाहावयास हवेत.

भाऊसाहेब पवार यांचा 'सत्यशोधकी' संभाजी

ज्या काळात भाऊसाहेब पवारांनी हे संभाजीचरित्र लिहिले, त्या सुमारास महाराष्ट्रात सत्यशोधक आणि ब्राह्मणेतर चळवळीस उधाण आले होते.

या उधाणाच्या लाटेवर आरूढ होऊनच पवारांनी उपलब्ध इतिहासाच्या आधारावरच संभाजी महाराजांची तेजस्वी प्रतिमा समाजासमोर मांडण्याचा प्रयत्न केला. भटभिक्षुक वृत्तीच्या लेखकांनी आपल्या जातिस्वार्थासाठी संभाजी राजांची प्रतिमा मलिन करून टाकली, हे प्रतिपादन करताना ते म्हणतात :

"आज आपणापुढे ह्या भिक्षुकी लेखकांनी संभाजी महाराजांची क्रूर, जुलमी, व्यसनी, भित्री व तिरस्करणीय अशी प्रतिमा उभी केली आहे. त्या संग्रामसिंहाबद्दल आमच्या मनात कमालीचा द्वेष भरून टाकिला आहे. एखाद्या पुराणिकाने उठावे आणि संभाजी क्रूर होता म्हणावे, आम्ही ते खुशाल ऐकावे! एखाद्या व्याख्यात्याने उठावे आणि संभाजी स्त्रीलंपट होता म्हणावे, आम्ही नंदीबैलाप्रमाणे माना हालवाव्या! एखाद्या मास्तराने उठावे आणि संभाजी व्यसनी होता, भित्रा होता म्हणावे, विद्यार्थ्यांनीही

तसेच घोकघोकून प्राण कंठाला आणावा! ना विवेक, ना विचार!... हा कशाचा परिणाम? तर भिक्षुकी लेखकांच्या सैतानीपणाचा! संभाजी महाराजांसंबंधी इतिहासकारांनी, नाटक-कादंबरीकारांनी जे जे अक्षम्य अन्याय केले आहेत, त्या त्या अन्यायांचे परिमार्जन करून संभाजी महाराजांचे तेजस्वी बाणेदार चित्र वाचकबंधूंपुढे अभिमानाने मांडण्याचे महत्भाग्य ह्या चरित्रलेखनाने लेखकास लाभत आहे, त्याबद्दल त्याला अत्यानंद होत आहे.''१

भाऊसाहेब पवारांनी आपल्या 'सत्यशोधकी' चष्म्यामधून संभाजी-चरित्राकडे पाहिले आहे, हे उघड आहे. ते काही कागदपत्रांचे संशोधन करणारे संशोधक नाहीत; पण उपलब्ध इतिहासाचा बारकाईने अभ्यास करणारे अभ्यासक खचितच आहेत. त्यांच्या लेखनात काही अनैतिहासिक उल्लेख आले असले तरी एक गोष्ट निश्चित होती की, हाती आलेल्या इतिहासाच्या बळावर त्यांनी मोठ्या युक्तिवादाने प्रतिपक्षावर जहाल हल्ला चढवून त्यास नेस्तनाबूत करण्याचा शिकस्तीचा प्रयत्न केला आहे. पुढे वा. सी. बेंद्रे यांनी संभाजी महाराजांवरील आरोपांचे कागदपत्रांच्या पुराव्याच्या आधारे खंडन करून जे सिद्धान्त प्रस्थापित केले त्यांचे सूतोवाच पवारांनी स. १९२८ साली आपल्या या छोटेखानी संभाजी-चरित्रात केले आहे, हे त्यांच्या प्रयत्नाचे एक कौतुकास्पद वैशिष्ट्य मानले पाहिजे. या ग्रंथाच्या छोट्याशा प्रस्तावनेत थोर सत्यशोधकी विचारवंत व नेते नाम. भास्करराव जाधव यांनी पवारांच्या संभाजी-चरित्राची स्तुती केली आहे.

असे असले तरी पवारांचे हे संभाजी-चरित्र उपेक्षित राहिले. कदाचित ते सत्यशोधकी दृष्टिकोनातून लिहिले गेल्यामुळे महाराष्ट्रातील बुद्धिमंतांनी त्याकडे दुर्लक्ष केले असावे. पुढे ते हळूहळू विस्मृतीच्या पडद्याआडही गेले.

दत्तो वामन पोतदारांचा 'संभाजी'

स. १९२९ साली बेंद्र्यांनी संभाजी महाराजांच्या चरित्राचे संशोधन करण्यासाठी 'छत्रपती संभाजी चरित्र कार्यालय लिमिटेड' नावाची एक संस्थाच स्थापन केली. तेव्हापासून ते अव्याहतपणे संभाजी महाराजांसंबंधी लेख, माहिती, साधने प्रसिद्ध करीत राहिले. देशातून व विदेशातून त्यांनी मोठ्या चिकाटीने व कष्टाने संभाजी-चरित्राची हजारो साधने नकलून आणली आणि संभाजी महाराजांविषयी समाजात नवे औत्सुक्य त्यांनी निर्माण केले. आता महाराष्ट्रातील इतिहास संशोधकांना संभाजी महाराजांवर झालेल्या अन्यायाची जाणीव होऊ लागली. संभाजी महाराजांची स्वराज्य रक्षणाची खरी कर्तबगारी समाजासमोर मांडली जावी, असे त्यांना वाटू लागले. या

---

१. छत्रपती संभाजी स्मारक ग्रंथ, पृ. १३२

विचाराचे द्योतक म्हणजे म. म. दत्तो वामन पोतदार यांचा एक अतिशय दुर्मिळ व महत्त्वाचा असा स. १९४०चा एक लेख होय.

या लेखाच्या सुरुवातीसच म. म. पोतदारांनी एक महत्त्वाचा मुद्दा मांडला आहे. तो म्हणजे संभाजीसारख्या शूर पूर्वजाचे स्मरण पारतंत्र्यातील गारठलेल्या मनास उत्साहाची ऊब देणारे ठरते. भाऊसाहेब पवारांनीही संभाजी चरित्रापासून देशवासियांनी प्रेरणा घेऊन 'देशाकरिता आत्मयज्ञ करण्याची तयारी ठेवा' असा संदेश सांगितला होता. यावरून भिन्न भिन्न क्षेत्रांत कार्य करणारी त्या काळातील महाराष्ट्रातील विचारवंत मंडळी संभाजी-चरित्र हा देशाच्या स्वातंत्र्य चळवळीस स्फूर्ती देणारा इतिहासाचा ठेवा आहे, असे मानत होती, हे स्पष्ट दिसून येते.

संभाजी म्हणजे सद्गुणांचा पुतळा होता असे जरी नसले तरी तो दुर्गुणांचा पुतळा होता, असा जो लोकांचा समज आहे तो चुकीचा आहे, असे प्रतिपादून म. म. पोतदार संभाजी महाराजांची खरी कर्तबगारी अशी सांगतात :

''पण औरंगजेबाला चांगलंच पाणी पाजलन् त्यानं! खूपच हड्डी नरम केलीन् त्याची! कल्पना नव्हती त्याला! त्याला वाटलं होतं 'माझ्या एवढ्या बळापुढे हा पोर किती टिकणार! पण चांगले आठ नऊ वर्षे दिलीन् टक्कर संभाजीनं; आणि दाखवलान् हात म्हाताऱ्याला; अगदी टेकीला आणलन्!... का नाही मग तोंडातून धन्यवादाचे चार शब्द त्या संभाजीबद्दल निघू आणि का नाही वाटू की त्याचं स्मरण वर्षातून एकादे दिवशी घटकाभर तरी करावं?''

लेखाच्या शेवटी म. म. पोतदार तळमळीने म्हणतात की, संभाजी महाराजांस एक वेळ दुर्दैवी म्हणा पण बेहिमती व भ्याड अशी कोणी काळोखी लावू नये म्हणजे झाले![२]

बेंद्र्यांचा 'संभाजी' : 'एक महान विभूती'

वा. सी. बेंद्रे यांचे संभाजीचरित्र हा संभाजी चरित्रसंशोधन क्षेत्रातील एक युगप्रवर्तक टप्पा आहे. महाराष्ट्रामध्ये शे-दीडशे वर्षे रूढ असलेली संभाजी महाराजांची 'दुराचारी व दुर्वर्तनी' प्रतिमा बेंद्र्यांनी आपल्या ग्रंथाने नष्ट करून मराठी माणसास एका 'पराक्रमी, शूर, मुत्सद्दी, दूरदर्शी व कर्तव्यदक्ष' अशा राजाचे दर्शन घडविले. त्यामागे बेंद्र्यांचे ४०/४२ वर्षांचे अथक परिश्रम म्हणजे महाराष्ट्र संशोधन क्षेत्रातील एका साधनेची गाथाच आहे. एखाद्या योग्यास शोभावी अशी ही ध्येयसाध्यासाठी केलेली एका संशोधकाची ती तपश्चर्या होती. या तपश्चर्येचे फल पाहून तर्कतीर्थ लक्ष्मणशास्त्री जोशींसारखे महापंडितही

---

२. छत्रपती संभाजी स्मारक ग्रंथ, पृ. २७८-२८०

स्तिमित झाले! आणि त्यांनी उद्‌गार काढले : "या संभाजीच्या चरित्राने एक प्रभावी व मंगल सत्य प्रकट केले आहे... इतिहास साधनांच्या प्रचंड पर्वताच्या उत्खननाच्या उलाढालीत जुना लोकप्रसिद्ध धर्मवीर परंतु दुर्गुणी संभाजी न सापडता एक महान विभूती असलेला संभाजी (बेंद्र्यांना) गवसला आहे... आता मराठ्यांच्या इतिहासातील एका अभिमानास्पद कालखंडाच्या पार्श्वभूमीत एक उज्वल, दिव्य व भव्य अशी संभाजीसारखी व्यक्ती उभी आहे..."

बेंद्र्यांच्या संभाजीचरित्राचा प्रभाव त्यानंतरच्या मराठी साहित्यिकांवर पडल्याशिवाय राहिला नाही. विशेषत: प्रा. वसंत कानेटकर आणि शिवाजी सावंत या दोन प्रतिभासंपन्न साहित्यिकांच्या कलाकृती ह्या त्याची ठळक उदाहरणे आहेत. संभाजीराजाची 'न्याय्य' बाजू समाजासमोर मांडण्याचे कार्य आपल्या साहित्यातून या लेखकांनी केले आहे.

डॉ. कमल गोखल्यांचा 'शिवपुत्र संभाजी'

बेंद्र्यांच्या नंतर डॉ. कमल गोखल्यांच्या 'शिवपुत्र संभाजी' या ग्रंथाची आपण दखल घेतली पाहिजे. डॉ. गोखल्यांनी बेंद्र्यांच्या प्रमाणेच 'संभाजी'ची नवी प्रतिमा आपल्या चरित्रातून दिली आहे; पण बेंद्र्यांचा 'संभाजी' हा 'सर्वगुणसंपन्न' असून तो कधीही 'चुकतच' नाही; गोखल्यांनी 'संभाजी'कडून चुका होण्याची शक्यता गृहीत धरली आहे! तसेच आपल्या ग्रंथात त्यांनी बेंद्र्यांच्या माहितीत भर टाकून तर काही ठिकाणी दोष दाखवून स्वतंत्र विवरणही केले आहे. सर्वांत महत्त्वाचे म्हणजे बेंद्र्यांच्या क्लिष्ट संशोधकीय शैलीने व कागदपत्रांच्या भडीमाराने बेजार झालेल्या मराठी माणसास एक सुबोध संभाजीचरित्र डॉ. गोखल्यांनी दिले आहे.

डॉ. शिवदे यांचा 'ज्वलज्ज्वलनतेजस संभाजीराजा'

अलीकडेच २००१ साली डॉ. सदाशिव शिवदे यांनी 'ज्वलज्ज्वलनतेजस संभाजीराजा' या नावाचे संभाजीचरित्र प्रकाशित केले आहे. उपलब्ध साधनांची सविस्तर चर्चा करीत डॉ. शिवदे यांनी संभाजीराजांचे एक चिकित्सात्मक पण सुबोध व रसाळ चरित्र सादर केले आहे. त्यामध्ये त्यांनी संभाजी राजांच्या, 'शौर्य, धैर्य, साहसादी' गुणांचे यथोचित दर्शन घडविले असले तरी त्यांच्या दोषाचीही परखडपणे चर्चा केली आहे. कवि कलशाची 'कुसंगत' राजाच्या अध:पतनास कारणीभूत झाल्याचा डॉ. शिवदे यांचा स्पष्ट अभिप्राय आहे. संभाजीराजांच्या युद्धमोहिमांचे वृत्तांत, तत्संबंधी अभ्यासपूर्ण नकाशे व अनेक ऐतिहासिक पत्रांची व व्यक्तींची दुर्मिळ छायाचित्रे यामुळे हा ग्रंथ संभाजी-चरित्र साहित्यात वैशिष्ट्यपूर्ण ठरला आहे.

संभाजी महाराजांविषयी अद्यापि समज-गैरसमज अधिक

वा. सी. बेंद्रे, डॉ. कमल गोखले प्रभृतींच्या चरित्र ग्रंथांनी महाराष्ट्राला 'नव्या संभाजी'चे दर्शन घडविले खरे; पण जनसामान्यांत अद्यापिही संभाजी महाराजांविषयी, विशेषत: त्यांच्या युवराज कालखंडाविषयी, समज-गैरसमजच अधिक अस्तित्वात आहेत. सर्वसामान्य लोकांची गोष्ट बाजूला ठेवू; पण अद्यापि विद्वान मंडळीही या समज-गैरसमजाच्या जंजाळातून बाहेर पडू शकलेली नाहीत याचे एक उत्तम उदाहरण आम्ही पुढे देत आहोत. काही वर्षांपूर्वी डॉ. जी. एस. सूर्यवंशी या समाजशास्त्रीय अभ्यासकाचा 'धर्मनिरपेक्षता आणि राष्ट्रीय एकात्मता' या गंभीर विषयावर एक ग्रंथ प्रकाशित झाला आहे. त्यामध्ये शिवाजी महाराजांच्या नि:पक्षपाती न्यायदानाची कथा अशी सांगितली गेली आहे –

"गोदावरी नामक एका ब्राह्मणाच्या विधवा मुलीवर मोहित होऊन संभाजीने तिला पळवून नेऊन लिंगाणा किल्ल्यावर लपवून ठेवले. महाराजांना हे कळताच त्यांनी तिची सुटका केली. या गुन्ह्याबद्दल महाराजांनी संभाजीला तोफेच्या तोंडी देण्याची शिक्षा फर्मावली. अष्टप्रधान मंडळींनी मध्यस्थी करून आजचा हा युवराज उद्याचा आमचा राजा आहे, असे सांगून शिक्षा रद्द करून घेतली; पण ती माहेरी अगर सासरी जाईना. तिच्यावर भ्रष्ट होण्याचा प्रसंग आल्यामुळे ती सती गेली. संभाजीनेच तिची चिता पेटवली अशी लोककथा सांगितली जाते. ती जिथे सती गेली त्याच ठिकाणी महाराजांनी तिची रायगडावर जी समाधी बांधली; ती अद्यापिही तेथे आहे. शिवराज्यात गरिबापासून श्रीमंतापर्यंत, रावापासून रंकापर्यंत सर्वांनाच सारखा न्याय व शिक्षा दिली जात असे. नि:पक्षपाती न्याय, न्यायाबाबत समानता हे तत्त्व वरील उदाहरणावरून दिसून येते.३

शिवाजी महाराजांची न्यायप्रियता सिद्ध करण्यासाठी लेखकास संभाजीराजाची ही कथा उपयोगी पडली! तेवढा त्या कथेचा उपयोग झाला! कथेची छाननी करण्याचे व नंतरच ती स्वीकारण्याचे प्रयोजन लेखकास वाटले नाही!

युवराज संभाजीराजांच्या चारित्र्याविषयी अशा प्रकारचे जे प्रवाद इतिहासात नमूद केले गेले की, ज्यामुळे त्यांची प्रतिमा 'स्त्रीलंपट व दुराचारी' अशी बनविली गेली. त्या प्रवादांचे मूळ असलेल्या ऐतिहासिक साधनांची छाननी जशी व्हायला पाहिजे होती तशी झालेली नाही. अशी चारित्र्यहनन करणारी साधने केवळ पूर्वग्रहदूषित आहेत, म्हणून डावलून चालणार नाहीत. त्या साधनांचा बारकाईने शोध घेऊन त्यांचा खरे-खोटेपणा तपासायला हवा. संभाजीराजांस 'दुराचारी' ठरविणारे अनेक इतिहासकार होऊन गेले. त्यामध्ये संभाजीराजांवर कठोर टीकास्त्र सोडणारे मराठ्यांच्या

३. धर्मनिरपेक्षता आणि राष्ट्रीय एकात्मता, पृ. १०१

इतिहासाचे महान भाष्यकार त्र्यं. शं. शेजवलकर हे प्रमुख होत. संभाजीराजास 'स्त्रीलंपट' ठरविणारीही अनेक साधने उपलब्ध आहेत. बहुमत त्यांचेच आहे;

पण केवळ बहुमताच्या जोरावर काहीही चिकित्सा न करता ही साधने जशीच्या तशी स्वीकारून संभाजीराजांच्या चारित्र्याचे मूल्यमापन करणे, हे अन्यायकारक आहे. एखाद्या मोहिमेच्या यशापयशाबद्दल साधन-चिकित्सेत थोडीफार ढिलाई झाली तरी चालेल; पण जेव्हा एखाद्या सार्वजनिक पदावरील व्यक्तीच्या चारित्र्याचा प्रश्न येतो तिथे त्या साधनांची कसून चिकित्सा होणे गरजेचे असते; कारण पराक्रमाच्या दंतकथांपेक्षा चारित्र्याच्या दंतकथा बहुप्रसव असतात. कल्पनेचे पंख घेऊन त्या मन मानेल तशा भराऱ्या मारीत असतात! या भराऱ्या दुरून पाहणाऱ्यासही मनोरंजक वाटतात!

◆

संभाजीराजे : एक सुसंस्कृत व पराक्रमी युवराज

महाराष्ट्रातील भोसले घराणे हे दक्षिणेतील एक उच्च कुलीचे क्षत्रिय घराणे होते. संभाजीराजांचे आजोबा, शहाजीराजे भोसले हे स्वत: संस्कृतज्ञ असून अनेक शास्त्रे व कला यांचे भोक्ते होते. त्यांचे पुत्र शिवाजी महाराज हे अनेक विद्वान पंडितांना राजाश्रय देणारे होते. संभाजीराजांची तिसरी पिढीही त्यास अपवाद नव्हती. शिवाजी महाराजांसारखा असामान्य पिता आपल्या राज्याच्या वारसाच्या शिक्षणाची चोख व्यवस्था केल्याशिवाय कसा राहील? युद्धकलेच्या शिक्षणाबरोबरच महाराजांनी पांरपरिक विद्या व शास्त्रे यांच्या संभाजीराजांच्या अभ्यासाची सोय केशव पंडितासारख्या विद्वान शास्त्र्याच्या देखरेखीखाली केलेली होती.

युवराजपदी असताच संभाजीराजांनी 'बुधभूषण' हा राजनीतिपर ग्रंथ रचला होता. त्या ग्रंथांतर्गत त्यांनी 'आपण काव्यालंकार, शास्त्रे, पुराणे, संगीत आणि धनुर्विद्या' यांचा सखोल अभ्यास केल्याचे म्हटले आहे.[१] संभाजीराजांची ही केवळ आत्मस्तुती नव्हती.

एका तत्कालीन कागदात एका खटल्यातील वादी आपली तक्रार प्रल्हाद निराजी व कवि कलश यांच्याकडे सोपविली गेल्याचे पाहून खुद्द संभाजीराजांकडे तक्रार करताना म्हणतो, "साहेब सर्वज्ञ, शास्त्रार्थाचा अर्थ स्वता पंडिताचा निशा होय ऐसा करताती. ऐसे असोन माझे पारिपत्य होत नाही."[२] तेव्हा संभाजीराजांच्या शास्त्रपारंगततेबद्दल व सुसंस्कृतपणाबद्दल शंका घेण्यास काही जागा दिसत नाही.

अॅबे कॅरे याची साक्ष

अशा पुस्तकी विद्येबरोबरच शिवाजी महाराजांनी युवराजास प्रत्यक्ष राज्यकारभाराचे शिक्षणही वयाच्या अवघ्या १४/१५ वर्षांपासून (इ स. १६७०) देण्यास सुरुवात

---

१. छत्रपती संभाजी महाराजांचे विचिकित्सक चरित्र, पृ. ३०

२. छत्रपती संभाजी महाराजांचे विचिकित्सक चरित्र, पृ. ३१

केली होती. एवढेच नव्हे तर लवकरच (स. १६७२) त्याच्या हाताखाली फौज देऊन मुलूखगिरी करण्यास धाडण्याचाही प्रारंभ केला होता. या सुमारास हिंदुस्थानात प्रवास करणाऱ्या ॲबे कॅरे या नावाच्या फ्रेंच प्रवाशाने युवराज संभाजीराजाच्या व्यक्तिमत्त्वाविषयी व पराक्रमाविषयी काय लिहिले आहे ते पहा :

"शिवाजीराजांनी आपल्या सैन्याचे विभाग करून शेजारच्या सर्व शत्रूंवर एकाच वेळी हल्ला चढविला आहे. शत्रुसैन्ये त्यांच्याच मुलुखात गुंतवून ठेवल्याने ती एकजुटीने आपल्या मुलखात चढाई करण्यास येऊ नयेत हा त्यांचा मुख्य उद्देश होता. शिवाजीराजांनी सर्वांत शूर अशा दहा हजार सैन्याचा एक विभाग आपल्या मुलाच्या ताब्यात दिला होता. हा युवराज लहान आहे तरी धैर्यशील व आपल्या बापाच्या कीर्तीस साजेल असाच शूर वीर आहे. शिवाजीराजांसारख्या युद्धकुशल पित्याच्या बरोबर राहून तो युद्धकलेत तरबेज झालेला असून, चांगल्या वयोवृद्ध सेनापतीचीही बरोबरी करील इतका तो तयार आहे. तो मजबूत बांध्याचा असून, अतिस्वरूपवान आहे. त्याचे सौंदर्य हाच सैनिकांचे त्याचेकडे आकर्षण वाढविणारा मोठा गुण आहे. सैनिकांचे त्याच्यावर फार प्रेम आहे व ते त्याला शिवाजीसारखाच मान देतात. फरक इतकाच, की ह्या सैनिकांस संभाजीच्या हाताखाली लढण्यात विशेष धन्यता वाटते. ते आपल्या कर्तबगारीचे सर्व श्रेय आपल्या छोट्या सेनापतीस देतात. संभाजीही कोणीही कर्तबगारी करून दाखविली तर त्यांचे कौतुक करतो व त्याचेसमोर घडलेल्या शौर्याचे चीज संभाजीकडून ताबडतोब बक्षिसरूपाने झाल्याशिवाय राहात नाही..."

"संभाजीस खानदेश (Cambay) व गुजरात प्रांतीय राजांवर स्वारी करण्याचा हुकूम झाला होता. आपल्या बापाने आपणास एवढी महत्त्वाची व मोठी कामगिरी सांगितलेली पाहून त्यास धन्यता वाटली आणि मोठ्या उत्साहाने कार्यप्रेरित होऊन तो आपल्या सैन्यानिशी आपल्या कारभाराच्या अगदी प्रारंभाचे विशेष पराक्रम करून दाखवण्यास उद्युक्त झाला. ज्यांच्यावर तो स्वारी करणार ते त्याच्या नावाच्याच दराऱ्याने पळून गेले. त्यामुळे त्याला यश व कीर्ती मिळविणे सोपे गेले आणि अगदी थोडक्याच अवधीत त्याने बराचसा प्रांत कबजात आणला. या बालराजाची सर्वच इतकी वाहवा करितात की खास त्याच्या बापालाही, जर त्याच्यात हेव्यादाव्याच्या तीव्र उर्मी वास करीत असतील तर, त्याचा हेवा वाटावा"[३]

ॲबे कॅरेचे हे वर्णन वाचल्यावर आपल्या समोर देखण्या, उमद्या, पराक्रमी व दिलदार युवराजाची प्रतिमा उभी राहते. संभाजीराजा म्हणजे शिवाजी महाराजांच्या कीर्तीस शोभेल असाच शूर वीर आहे, असाच अभिप्राय या परकीयाने त्याच्या

---

३. छत्रपती संभाजी महाराजांचे विचिकित्सक चरित्र, पृ. ४०

युवराज कालखंडातील कामगिरीबद्दल देऊन ठेवला आहे.

युवराज संभाजीराजांची जडणघडण

पांरपरिक शास्त्रे-विद्या, राज्यव्यवहार व युद्धकला या क्षेत्रांबरोबर तत्कालीन राजनीतीच्या क्षेत्रातही आपला पुत्र तरबेज व्हावा म्हणून शिवाजी महाराजांनी संभाजीराजास दक्षिणेतील राजकारणातील प्रत्यक्ष धडे द्यावयास सुरुवात केली होती. मिर्झा राजा जयसिंगाच्या स्वारीच्या रूपाने स्वराज्यावर संकट आले व पुढे जेव्हा पुरंदरचा तह झाला त्या वेळी आठ वर्षांच्या युवराजाला महाराजांनी राजा जयसिंहाच्या छावणीत पाठविले आणि आपल्याऐवजी त्याला मोगलांची पंचहजारी मनसब स्वीकारावयास लावली. (स. १६६५)

मोगली छावणीशी व तेथील रीतिरिवाजांशी अशा प्रकारे आठ वर्षांच्या मराठा राजपुत्राचा संबंध प्रथम आला. पुढच्याच वर्षी संभाजीराजांस घेऊन महाराज आग्र्यास बादशहा औरंगजेबाच्या भेटीस गेले. वयाच्या नवव्या वर्षी संभाजीराजांना मोगल दरबारचे भव्य आणि वैभवशाली दर्शन घडले. याच दरबारात बादशहाची मल्लयुद्धाची आज्ञा या बालराजाने धुडकावून लावून आपल्या अंगच्या 'तेजा'चे दर्शन घडविले. पुढे शिवाजी महाराज आपल्या पुत्रासह आग्र्याच्या कैदेतून निसटले खरे; पण मार्गात प्रवासाचा धोका लक्षात घेऊन त्यांनी संभाजीराजांस मागे ठेवले. युवराजाच्या आतापर्यंतच्या आयुष्यातील हा कसोटीचा काल होता. मथुरा-बनारस अशा परक्या ठिकाणी या कोवळ्या बालराजाने त्याला दिलेली भूमिका बेमालूमपणे वठविली. कोणतीही तक्रार न करता.

स्वराज्यात परतल्यावर शिवाजी महाराजांचा मोगलाशी पुन्हा एकदा सल्ला झाला. त्यान्वये त्यांनी दक्षिणेचा मोगल सरसुभेदार शहाजादा मुअज्जम याजकडे संभाजीराजास ससैन्य पाठविले - (ऑक्टो. १६६७). त्यांना सप्तहजारी मनसब आणि वऱ्हाड-खानदेश येथील १५ लाखांची जहागीर मोगलांतर्फे बहाल करण्यात आली. शहाजादा मुअज्जम व युवराज संभाजीराजे यांची चांगलीच मैत्री बनली! स. १६६९ अखेर मराठ्यांचे मोगलांशी सख्य राहिले; पुढे ते तुटले. या अवधीत काही काल शहाजाद्याच्या छावणीत संभाजीराजांचे वास्तव्य झाले. मराठी राज्याचा हा पहिला युवराज, आपला वारसदार, शिवाजी महाराजांनी अशा प्रकारे विद्या, कला, प्रशासन, युद्धनीती व राजनीती अशा सर्वच क्षेत्रांत निपुण बनविला.

संभाजी महाराजांच्या चरित्राकडे नेहमीच त्यांच्या पित्याच्या कर्तृत्वाशी व व्यक्तित्वाशी तुलना करून पाहिले जाते. हे अस्वाभाविक नाही; कारण या दोन पुरुषांच्या कारकिर्दी एकमेकांस खेटून उभ्या आहेत. शिवाय संभाजी महाराज हे शिवाजी महाराजांचे पुत्र आहेत; पण संभाजीराजा म्हणजे 'शिवाजी' होऊ शकत

नाही. ज्या परिस्थितीने 'शिवाजी'स घडविले ती भिन्न व ज्या परिस्थितीत 'संभाजी' घडला ती परिस्थिती त्याहून भिन्न! बालपण, कौटुंबिक वातावरण, भोवतालचे सामाजिक व भौगोलिक संस्कार, दक्षिणेतील तत्कालीन राजकारण, अडचणी, संकटे, धोके इत्यादी सर्वच बाबतीत बाल शिवाजी व बाल संभाजी यांच्यामधील तुलना साम्य शोधण्यासाठी होऊ शकत नाही. तुलनाच करावयाची झाल्यास दोन्ही व्यक्तित्वांतील भिन्नत्वाचा शोध करण्यासाठी ती करावी लागेल.

पहिली गोष्ट अशी की, शिवाजी राजा हा दक्षिणेतील एका सामर्थ्यशाली सरदाराचा पुत्र आहे. जहागीरदार पुत्र आहे. संभाजीराजा हा दक्षिणेतील प्रत्यही सामर्थ्यशाली बनत जाणाऱ्या मराठी राज्याच्या अधिपतीचा पुत्र आहे.

दुसरे असे की, शिवाजीराजाने अवतीभोवतीच्या शत्रूचे दमन करून नव्या सार्वभौम सत्तेची उभारणी केली होती; 'स्वराज्य' संस्थापना हे त्याचे ध्येय होते. युवराज संभाजीपुढे या राज्याचे संवर्धन व संरक्षण हे काम होते.

तिसरे असे की, शिवाजीराजाला आरमारापासून राजधानीपर्यंत राज्याची प्रत्येक गोष्ट नव्याने करावी लागली होती. त्याच्या अवतीभोवतीची कर्तृत्ववान माणसे ही त्याची 'स्वनिर्मिती' होती; युवराज संभाजीस हे सर्व त्याच्या जन्मसिद्ध हक्काने प्राप्त होणार होते. कर्तृत्ववान माणसासह पुढे जायचे होते. जमल्यास त्यात भर टाकायची होती.

शेवटी सर्वांत महत्त्वाचे म्हणजे बाल शिवाजीस घडविण्यासाठी जिजाबाईंच्या रूपाने एक असामान्य माता त्यास मिळाली होती. युवराज संभाजी मात्र वयाच्या अवघ्या दुसऱ्या वर्षीच मातृसुखास पारखा झाला होता. त्याची आजी ही 'आई'ची जागा घेऊ शकत नव्हती. आजीची 'माया' आणि 'आईचे प्रेम' यात फरक आहे. आजी कधी रागवत नाही. शिक्षा करीत नाही. आई प्रेमाबरोबर मुलास शिक्षा करण्यासही मागे-पुढे पाहत नाही.

युवराज संभाजीचे चरित्र अशा सर्व परिस्थितीच्या पार्श्वभूमीवर तपासले गेले पाहिजे; कारण व्यक्तित्व (Personality) हे आनुवंशिक गुण आणि परिस्थिती अशा दोन्ही घटकांनी बनत असते आणि अनेकदा त्यामध्ये परिस्थितीचाच वरचष्मा झालेला आढळून येतो.

अनुपुराण : युवराज संभाजीच्या कारकिर्दीचे एक महत्त्वाचे साधन

युवराज संभाजीराजांच्या कारकिर्दीवरील ऐतिहासिक साधने विपुल प्रमाणावर उपलब्ध नाहीत आणि जी आहेत ती बहुतेक सर्व संभाजीराजाच्या विरोधी गोटातील आहेत. युवराज संभाजीराजांची बाजू मांडणारे एकच महत्त्वाचे ऐतिहासिक साधन उपलब्ध आहे, ते म्हणजे 'अनुपुराण' नावाचा काव्यग्रंथ. शिवाजी महाराजांच्या

कारकिर्दीतील सुप्रसिद्ध कवी परमानंद याच्या नावावर जरी हे लिहिले असले तरी प्रत्यक्षात त्याचा पुत्र देवदत्त यानेच ते रचले असावे, असा शेजवलकर प्रभृतींचा तर्क आहे आणि तो बरोबर आहे.

या काव्यामुळे युवराज संभाजीराजाच्या हालचाली, रायगडावरील व शृंगारपुरातील राजकारणे, प्रधानांच्या कारवाया, सोयराबाईची मन:स्थिती इ. अनेक बाबींवर प्रकाश पडतो. त्या दृष्टीने या काव्यग्रंथाचे ऐतिहासिक मूल्य आपण मान्य करावयास पाहिज; पण या काव्याचा कर्ता अनेक ठिकाणी संभाजीराजाच्या बेसुमार स्तुतीने, विरोधकांच्या तितक्याच बेसुमार निंदेने आणि काल्पनिक प्रसंगाच्या वर्णनाने संभाजीराजांची बाजू अशा अभिनिवेशाने मांडतो की, त्यामुळे अनेकदा संभाजी राजांची बाजू बळकट होण्याऐवजी कमकुवतच होते; आणि त्यांच्या व्यक्तित्वास कवी हानी पोहोचवितो!

शिवाजी महाराज, संभाजीराजे, प्रधान, सोयराबाई इत्यादिकांच्या तोंडी अनुपुराण-कर्त्याने घातलेल्या काल्पनिक संवादाच्या पुराव्याच्या बळावर संभाजीराजांची बाजू बळकट झाल्याचे वाटून बेंद्र्यांनी अनुपुराणाला आवश्यकतेपेक्षा अधिक महत्त्व दिले आहे, अशी आमची समजूत आहे. अनुपुराणातील पुराव्याच्या कमजोरीकडे किंवा संभाजीराजांची बाजू मांडत असता कवीने न कळत केलेल्या चुकांकडे बेंद्र्यांनी जरी दुर्लक्ष केले असले तरी संभाजीराजाचे टीकाकार त्याकडे काय म्हणून दुर्लक्ष करतील? शेजवलकरांसारख्या टीकाकारांनी याच अनुपुराणातील संदर्भ घेऊन मार्मिक शैलीने युवराज संभाजीराजाच्या प्रतिमेवर प्रहार केले आहेत, ही गोष्ट या ठिकाणी आवर्जून नोंदली पाहिजे. अनुपुराण हे काव्य आहे, हे मान्य करूनही त्याच्या ऐतिहासिक मूल्याविषयीचे भान उभयपक्षी राखले गेले नाही.

अनुपुराणकर्त्यास सर्वत्र कलीचा संचार झालेला दिसतो. तो रायगडावरील शिवाजी महाराजांसह सर्वांच्या ठिकाणी संचारलेला आहे. खुद्द शिवाजी महाराज या कलीच्या प्रभावामुळेच राणी सोयराबाईच्या सौंदर्यापुढे व हट्टापुढे मोहवश होऊन तिच्या पुत्रास राज्य देण्याच्या मागणीस तयार झालेले आहेत, अशा आशयाचे वर्णन इतिहासाला ज्ञात असलेल्या शिवाजी महाराजांच्या व्यक्तित्वाशी जुळत नाही. तसेच काव्यात म्हटल्याप्रमाणे महाराजांचे प्रधान त्यांच्या प्रजाजनांना छळत असतील तर त्याचा दोष प्रधानापेक्षा महाराजांकडेच अधिक जातो, हे अनुपुराणकर्त्याच्या व त्याच्यावर विसंबून तशी विधाने करणाऱ्या बेंद्र्यांच्या ध्यानात आलेले नाही, ही खेदाची गोष्ट आहे. या काव्यात ऐतिहासिक सत्याचे कण नाहीतच असे नाही; पण हे कण फार जपून वेचावे लागतील. एक उदाहरण पहा : संभाजीराजे शृंगारपुरी वास्तव्य असता कवि कलशाने त्यांचा 'कलशाभिषेक' घडवून आणला, असे कवी सांगतो; पण तो इथेच थांबत नाही. कलशाभिषेकाचे महत्त्व सांगताना तो म्हणतो, "काम्यतिथीच्या दिवशी केलेला संभाजीचा कलशाभिषेक सार्थनामा होऊन चमत्कारांची

एक मालिका इच्छेप्रमाणे घडवून आणता झाला; म्हणजे तीन वर्षांच्या आतच रौद्र संवत्सरी, कल्पना नसता, शिवाजी कैलासवासी होऊन, त्याची भीती नष्ट झाल्यामुळे सुलभपणे संभाजीच्या डोक्यावर सिंहासनस्थ छत्रचामरे ढाळली गेलेली दिसली, असा पूर्ववृत्तांत... संभाजीच्या कारकिर्दीत छंदोगामात्य झालेल्या कवि कलशाने सांगितला.''[४]

कवीच्या या वर्णनामुळेच शेजवलकरांना संभाजी-कवि कलश संबंधावर पुढील भाष्य करणे सोपे गेले - ''(यावरून) कवि कलश त्याचे (संभाजीचे) कान स. १६७८ पासूनच फुंकीत होता, हे ऐतिहासिक सत्य पुढे येते. शिवाजीची इच्छा, त्याचा आदेश, प्रधानांचे त्याप्रमाणे वागणे ही काहीही सिद्धीस न जाता अचानक संभाजीला राज्य प्राप्त झाले हा त्याला स्वत:लाच एक अद्‌भुत चमत्कार वाटला असला पाहिजे व त्यामुळे त्याची कवि कलशावर नितांत श्रद्धा बसली, असे संभाजीची बाजू मांडणाऱ्या या काव्यावरून उघड होते.''[५]

कवीच्या या वर्णनातील सत्य व कल्पित कोणते? कवि कलशाने केलेला कलशाभिषेक हे सत्य व त्याचा वर्णिलेला परिणाम हे कल्पित. आणि कवीचे सर्वच वर्णन सत्य मानले तर शेजवलकर म्हणतात त्याप्रमाणे स. १६७८ पासूनच कवि कलश संभाजीराजांचे कान फुंकीत होता इथपर्यंतच तर्क येऊन थांबत नाही; तर त्याही पुढे जाऊन संभाजीराजास आपल्या पित्याचे अस्तित्व म्हणजे संकट आणि त्याचा 'स्वर्गवास' म्हणजे 'सुवर्णसंधी' असे वाटत होते, अशी तर्काची पुढील पायरी ओलांडावी लागेल! ही पायरी मान्य केली तर युवराज संभाजीराजाची काही नैतिक बाजूच शिल्लक राहत नाही! शेजवलकरही ही पायरी ओलांडीत नाहीत. कारण दुसऱ्या एका ठिकाणी त्यांनी संभाजीराजांबद्दल म्हटले आहे : ''संभाजीच्या मनात बापाबद्दल भीतियुक्त आदर अखेरपर्यंत राहिला होता. तो बापाचा द्वेष्टा नव्हता; पण आपल्या प्रवृत्तींना, अस्मितेच्या आविष्काराला मर्यादा घालणे त्याला कधीच शक्य झाले नाही. ती बापाविरुद्धही उफाळत राहिली.''[६]

आमचे म्हणणे एवढेच की अनुपुराण हे काव्य असून त्यामधील अतिशयोक्ती, काल्पनिकता, आलंकारिकता, रंजकता, स्तुती-निंदा इ. गुणावगुण पारखूनच त्यातील पुरावा उभयपक्षीच्या संशोधकांनी उपयोजित करावयास हवा.

◆

---

४ श्रीशिवछत्रपती, पृ. १४५

५. कित्ता

६. कित्ता, पृ. १३३

संभाजीराजे, रायगडावरील गृहकलह आणि त्यांच्यावरील दुर्वर्तनाचे आरोप

शिवराज्याभिषेकानंतर रायगडावर गृहकलह उत्पन्न झाला आणि त्याची दुर्दैवी परिणती मराठी राज्याचा वारसदार शत्रूच्या गोटास मिळण्यात झाली. हा गृहकलह राज्याभिषेकानंतर, राजमाता जिजाबाईंच्या मृत्यूनंतर (१७ जून १६७४) सुरू झाला; याचा अर्थ राजमाता असेपर्यंत गृहकलह निर्माण करण्याची रायगडावर कोणाची हिंमत नव्हती.

गृहकलहास प्रारंभ

संभाजीराजांनी आपणहून गृहकलह सुरू करण्याचे काहीच कारण नव्हते. कारण ते शिवाजी महाराजांचे ज्येष्ठ पुत्र होते; रूढीनुसार व राजनीतीशास्त्रानुसार राज्याचे वारसदार होते; आणि ज्या रीतीने शिवाजी महाराजांनी त्यांना दक्षिणेच्या राजकारणात वागविले होते त्यावरून महाराज त्यांनाच पुढे आपला वारसदार म्हणून ठरविणार होते. अशा परिस्थितीत गृहकलहाची सुरुवात राणी सोयराबाईकडून झाली असणार हे उघड आहे.

राज्याभिषेक प्रसंगीच आपणास पट्टराणीपदाचा मान मिळाला तरी आपल्या पुत्रास युवराजपदाचा मान न मिळता तो संभाजीराजांकडे गेला; याचा अर्थ राज्याचा वारसा आपल्या मुलाला मिळणार नाही, याचे दुःख सोयराबाईस झाले असले पाहिजे, असा तर्क डॉ. कमल गोखले करतात आणि ही गोष्ट "स्त्रीस्वभावास धरून स्वाभाविकच वाटते." असेही त्या म्हणतात.[१] आम्हास असे वाटते की आपल्या पुत्रास राज्य मिळावे, ही भावना राज्याभिषेक प्रसंगीच सोयराबाईच्या मनात आली असेल असे नाही; त्यापूर्वीही हा विचार तिच्या मनात येणे हेही नैसर्गिक होते. फक्त हा विचार प्रकट करण्याचे धैर्य राजमाता जिजाबाई हयात असेतोपर्यंत तिच्याजवळ नव्हते एवढेच!

१. छत्रपती संभाजी स्मारक ग्रंथ, पृ. ६

संभाजीराजांवर दुर्वर्तनाचा आरोप

मुळात शिवाजी महाराजांच्या मनात राज्यविभाजनाचा विचार नव्हता; पण संभाजीराजांच्या दिवसेंदिवस वाढत जाणाऱ्या दुर्वर्तनामुळे ते अगतिक झाले व पुढे गृहकलह टाळण्यासाठी त्यांनी राज्यविभाजनाचा प्रस्ताव संभाजीराजांपुढे मांडला, असे मत शेजवलकरांनी आपल्या शिवचरित्राच्या 'शिवाजी-संभाजी संबंध' या प्रकरणात मांडले आहे. संभाजीराजांच्या दुर्वर्तनाचा पहिला दाखला म्हणून त्यांनी स. १६७५च्या अखेरीस शिवाजी महाराजांवर झालेल्या विषप्रयोगाची घटना नमूद केली आहे.

शेजवलकर लिहितात, "प्रसंग, सन १६७५च्या अखेरीस झालेला शिवाजीचा दीर्घ आजार व त्यातून त्याच्या मृत्यूची उठलेली चौफेर बातमी, हा आहे. इंग्रजांना कळाले की, शिवाजीला त्याच्या मुलानेच विष घातले; कारण त्याला कळले की, बापाने रायगडाच्या पहारेकऱ्यांना, संभाजी रात्री किल्ल्याखाली उतरण्याची आपली खोड न सोडील तर त्याला बेशक तटावरून लोटून द्यावे, असे फर्माविले होते. संभाजी रात्री शिवाजीच्या प्रमुख ब्राह्मणांपैकी एकाच्या मुलीला भेटण्यासाठी किल्ल्याखाली उतरत असे व तिच्याशी त्याचा अनैतिक संबंध होता. इंग्रजांच्या पत्रातील ही नोंद इतकी सहजरीत्या स्पष्ट स्वरूपात आली आहे की तीबद्दल शंका घेणे कठीण आहे.... "२

शेजवलकरांच्या वरील लिखाणावरून त्यांनी इंग्रजांच्या बातमीपत्रातील माहिती खरी मानली आहे हे उघड आहे. आता मूळ बातमी कशी आहे ते पाहू – 'For these many days here is a continued report of Sevagees being dead and buried, naming the place of his death, distemper, manner and place of burial. It is reported he was poisoned by his son; his son being informed his father had commanded the watch of Rairee Castle to throw him down over the wall, if he left not going out at nights to meet a daughter of one of his chiefest Brahminees, whose daughter he had debauched; that he was sick, we certainly know, and that his distemper proceeded from the violent pain he had in his head, which was almost rotten. The Siddy Sambolee told a servant of the Deputy governor, that he was dead and so say all merchants from Dabull, Cullean, Chaule & C. We cannot give any great credit thereto, because Moree Pundit removes not from

---

२. श्रीशिवछत्रपती, पृ. १४२-१४३

under Moules (Mahuli or Mavalas) Hill with his army.'[३]

(भावार्थ - गेले अनेक दिवस शिवाजीच्या मृत्यूच्या व त्याच्या दफनविधीच्या बातम्या येत आहेत. असे म्हणतात की, त्याला त्याच्या मुलाने विष घालून मारले. शिवाजीच्या एका प्रमुख ब्राह्मण मंत्र्याच्या मुलीबरोबर संभाजीचे अनैतिक संबंध होते. संभाजीने त्या मुलीला रात्री भेटायला जायचे सोडले नाही तर त्याला रायगडाच्या तटावरून फेकून द्यायचा हुकूम शिवाजीने आपल्या रक्षकांना दिला होता. शिवाजी डोक्यातील भयंकर कळांनी आजारी होता, याबद्दल आम्हास खात्रीने माहिती होती. सिद्दी संबूळ व दाभोळ आदी ठिकाणांचे व्यापारीही सांगतात की, शिवाजी मेला आहे. परंतु आम्हास त्या बातमीत तथ्य दिसत नाही. कारण शिवाजीचा प्रधान मोरोपंत जो माहुलीच्या पायथ्याशी आपल्या सैन्यानिशी छावणी टाकून आहे, तो अजूनही तेथून हललेला नाही.)

या बातमीची बारकाईने चिकित्सा केली तर पहिली गोष्ट अशी दिसते की, या बातमीत नमूद केल्याप्रमाणे शिवाजी महाराजांचा या वेळी मृत्यू झालेला नाही. ते साताऱ्यावर दीर्घ काळ आजारी होते हे खरे. त्यामुळे अशा आजाराने विषप्रयोगाच्या बातम्याही तयार होणे स्वाभाविक होते. अशा बातम्या तिखट-मीठ लावून अधिक रुचकर केल्या जातात. हा विषप्रयोग संभाजी राजानेच केला असे म्हटल्याने ती बातमी सनसनाटी होऊ शकते.

दुसरे असे की बातमीदार सांगतो त्याप्रमाणे संभाजीराजे महाराजांवर विषप्रयोग करण्याचे कारण कोणते? तर किल्ल्याच्या पायथ्याशी असणाऱ्या ब्राह्मणकन्येस भेटण्याची खोड संभाजीराजाने सोडली नाही तर त्याचा कडेलोट करावा, अशी महाराजांनी सांगितलेली शिक्षा! गंमत अशी की खुद्द इंग्रजांनीच आणखी काही दिवसानंतरच्या बातमीपत्रात (७ एप्रिल १६७६) विषप्रयोगाचा कर्ता संभाजीराजा नसून एक न्हावी आहे, असे म्हटले आहे.[४] म्हणजे संभाजीराजांचे त्या ब्राह्मणकन्येस भेटण्यास जाणे, त्यावर शिवाजी महाराजांनी सांगितलेली कडेलोटाची शिक्षा, ही शिक्षा टाळण्यासाठी संभाजी राजांनी महाराजांवर केलेला विषप्रयोग या तीन पायऱ्यांतील शेवटची पायरीच निखळल्यावर वरच्या दोन पायऱ्या आपोआप कोसळतात, हे सुज्ञास सांगणे न लगे! सारांश, इंग्रजांचे बातमीपत्र तत्कालीन व अस्सल असले तरी त्यातील माहिती 'अस्सल' असतेच असे नाही. हे इतर अनेक इंग्रज बातमीपत्रांवरूनही समजून येईल.

रायगडाच्या पायथ्याशी ज्या मुलीस भेटण्यास संभाजीराजे जात होते, ती

---

३. English Records on Shivaji, Vo. II, p. 78

४. English Records on Shivaji, Vo. II, p. 84

आण्णाजी दत्तोची कन्या होती असे अनेक लेखकांनी म्हटलेले आहे. यास आधार म्हणून बुसातिन-उस-सलातिन (विजापूरच्या आदिलशाहीचा इतिहास) या ग्रंथातील कथा दिली जाते. ती कथा अशी :

"संभाजी याणी दिलेरखानापासी जाऊन पोहचण्याची कैफियत असी आहे की, सिवाजी कित्येक कामाबद्दल संभाजीस त्रासून कंटाळला होता. या दिवसांत शरहनवीस म्हणजे हुकुमाचे शेरे लिहिणारा कामदार होता. त्याचे कन्येवर संभाजी फार आषक, म्हणजे लुब्ध, जाहला होता. येणेकरून संभाजीविसी सिवाचे मनांत फारच वाकडेपणा येऊन सिवाजी अत्यंत त्रासला होता. अशा प्रकारे की, संभाजीचा केवळ शत्रूच जाहाला आणि सिवाजीने मनात आणिले की, संभाजीस हरएक बाहान्याने पकडून ठार जिवे मारावा किंवा कैद करावा. संभाजी याणी हा सिवाजीचा इरादा ओळखून संशयांकीत जाहला. आपण दिलेरखानाकडे निघोन जावे असा निश्चय केला. आपण जातीने जाऊन पोहचण्यापूर्वी आधी एक पत्र आम्ही आपलेकडे येतो अशा मजकुराचे लिहून दिलेरखानाकडे पाठविले. त्यानंतर जातीने त्या पत्राचे लागोपाठच दिलेरखानाकडे निघाला.''[५]

हा ग्रंथ महंमद झुबेरी या लेखकाने १९व्या शतकात स. १८२४ साली रचला! म्हणजे आमच्या मल्हार रामरावाच्या बखरीनंतर १४/१५ वर्षांनी! इतक्या उत्तरकालीन इतिहास ग्रंथातील कथा काल्पनिक असण्याचीच जास्त शक्यता आहे. मल्हार रामरावाप्रमाणेच झुबेरीही ही घटना संभाजीराजे दिलेरखानाच्या गोटाकडे जाण्यापूर्वी रायगडावर घडली असे म्हणतो. अनेक इतिहासकारांनी मल्हार रामरावाची बखर, इंग्रजी बातमीपत्र व बुसातिन-उस-सलातिन या तिन्ही साधनांमधील कथा एकाच स्त्रीविषयी-म्हणजे आण्णाजी दत्तो याच्या मुलीविषयी मानून संभाजीराजांच्या चारित्र्यावर भाष्य केले आहे.

प्रा. वसंत कानेटकरांचे भाष्य

तीनपैकी दोन साधने ही घटना संभाजीराजे दिलेरखानाकडे जाण्यास कारणीभूत झाली असे म्हणतात; पण रायगडाच्या परिसरात ऑक्टो. १६७६ पासून शिवाजी महाराजांचा मृत्यू झाला तरी संभाजीराजे आलेले नव्हते, हा मुद्दा संभाजीराजांचे टीकाकार लक्षात घ्यावयास तयार नाहीत. उलट ही घटना रायगडाच्या परिसरात घडलीच असा सत्याभास त्यांनी निर्माण केला आहे. गमतीची गोष्ट अशी की, प्रा. वसंत कानेटकरांनी तर या कथेतील मुलीस 'गोदावरी' हे लोककथेतील अथवा नाटकातील नावसुद्धा बहाल करून टाकले आहे!

प्रा. कानेटकरांनी आणखी एक महत्त्वाचा मुद्दा उपस्थित केला आहे. ते

---

५. बुसातिन-उस-सलातिन, पृ. ५२७

म्हणतात, "मध्ययुगात बायका पळवणे, त्यांच्यावर बळजबरी वा बलात्कार करणे या फार 'डोळे वटारून' बघण्याच्या गोष्टी नव्हत्या. अंगवस्त्रे, नाटकशाळा आणि लग्नाच्या अनेक बायका हा तर त्या काळी कौतुकाचा आणि प्रतिष्ठेचा मामला मानला जात होता. मग शिवाजी महाराजांची संभाजीराजावर 'इतराजी' का झाली असेल? मल्हार रामराव चिटणीस आपल्या बखरीत सांगतो, ते सगळेच खरे नसले, तरी तो जाता जाता शिवाजी महाराजांच्या तोंडून एक रिवाज बोलून दाखवितो.... 'राज्याचे अधिकारी हे अगम्यागम श्रेष्ठ वर्णाचे ठायी जाले.' म्हणजे क्षत्रिय असून ब्राह्मण मुलीशी राजाने संग केला हे पाप घडले. बळजबरी केली म्हणून नव्हे."[६] प्रा. कानेटकरांच्या मते गोदावरी श्रेष्ठ वर्णाची, ब्राह्मण वर्णाची, असल्याने शिवाजी महाराजांची संभाजीराजांवर 'इतराजी' झाली. त्या ठिकाणी इतर वर्णाची स्त्री असती तर महाराजांची इतराजी झाली नसती काय? प्रा. कानेटकरांचा मुद्दा मान्य करण्यासारखा नाही. आमच्या समजुतीप्रमाणे शिवाजी महाराज स्त्रियांच्या संदर्भातील चारित्र्याबाबत एक अपवादात्मक पुरुष होते. स्त्रीचारित्र्य वर्णातीत आहे, हे तत्त्व त्यांनी नजरेआड केले असेल असे वाटत नाही. प्रा. कानेटकरांनी सांगितलेली मल्हार रामरावाची चारित्र्याच्या वर्णश्रेष्ठत्वाची कल्पना पेशवाईतील आहे, शिवशाहीमधील नव्हे!

खुद्द प्रा. कानेटकरांनी शिवाजी महाराजांचे वर्णन मध्ययुगातील एक सक्त चारित्र्याचा पुरुष म्हणून केले आहे. एकदा जर आपण मान्य केले तर एक साधा प्रश्न निर्माण होतो की, बखरकाराने सांगितलेल्या कथेप्रमाणे संभाजीराजांच्या हातून रायगडावर ब्राह्मण स्त्रीवर अत्याचार झाला असेल तर त्याची वार्ता ऐकून महाराजांनी काय तिरस्काराने बोलून आपली फक्त 'इतराजीच' व्यक्त केली असेल काय? या असाधारण गंभीर गुन्ह्याबद्दल महाराज युवराजास मृत्युदंडाचीच शिक्षा फर्माविते! महाराजांच्या चारित्र्याच्या लौकिकास ते सुसंगत होते; पण असे काहीही घडलेले दिसत नाही. रायगडावरील गृहकलहाची कारणे इतिहासकार समजतात त्याप्रमाणे संभाजीराजांच्या दुर्वर्तनात नव्हती, तर ती राणी सोयराबाई व प्रधान यांच्या महत्त्वाकांक्षेत व स्वार्थामध्ये होती.

संभाजीराजांच्या तथाकथित नायिका

युवराज संभाजीराजांच्या चारित्र्याचा ऊहापोह करीत असता जनमानसात रूढ झालेल्या त्यांच्या तथाकथित नायिका – तुळसा, गोदावरी, कमळा – यांच्याविषयी दोन शब्द लिहिले तर अप्रस्तुत होणार नाही. साहित्यिकांनी तशा अनेक नायिका निर्माण केल्या, तरी गाजल्या त्या प्रामुख्याने ह्या तीन. यापैकी 'तुळसा' हे पात्र

---

६. छत्रपती संभाजी स्मारक ग्रंथ, पृ. ३९६

आत्माराम मोरेश्वर पाठारे यांनी स. १८९१ साली आपल्या 'संगीत श्री छत्रपती संभाजी' या नाटकात निर्माण केले. पुढे ही तुळसा रंगभूमीवर खूप गाजली! पण ती केवळ साहित्यिकांची निर्मिती होय. लोककथेतही तिला स्थान नाही. लोककथांत स्थान असणाऱ्या संभाजीराजांच्या दोन नायिका म्हणजे गोदावरी व कमळा. या दोन्ही नायिकांना काहीही ऐतिहासिक आधार नाही. लोककथा कशी निर्माण होते, गोदावरीची लोककथा कशी उत्पन्न झाली असेल, याची मूलगामी मीमांसा आमचे मित्र प्रसिद्ध संशोधक द. ग. गोडसे यांनी केली आहे. त्यांनी निष्कर्ष काढला आहे : "गोदावरीच्या लोकथेला... ऐतिहासिक संभाजी फक्त 'नावा'पुरता भावलेला दिसतो... तिला, खरा भावलेला संभाजी वेगळा आहे. तो राजपुत्र आहे; पण पुराणातला अथवा परिकथेतला आहे... सारांश, ऐतिहासिक संभाजीने एका मुलीचे अपहरण केले ह्या घटनेला कागदोपत्री स्पष्ट पुरावा नसताना... त्याच्या तारुण्यसुलभ, उच्छृंखल वर्तनाचा आधार घेऊन ते संभाजीनेच प्रत्यक्षात केले... असे एका लोककथेचा आधार घेऊन समजणे गैर आहे."[७] गोडसे पुढे सांगतात की, गोदावरीची समाधी म्हणून रायगडाच्या परिसरात जी समाधी दाखविली जाते ती आहे सवाई माधवराव पेशवे यांच्या यशोदाबाई नावाच्या स्त्रीची!

अगदी असेच थोरातांच्या कमळेच्या कथेबद्दल घडले आहे. पन्हाळ्याच्या परिसरात ही लोककथा सांगितली जाते. पन्हाळ्याच्या पायथ्याशी पूर्व बाजूस असणारे एक 'थडगे' आजही पन्हाळ्यावरील पर्यटकांना संभाजीराजांची नायिका 'कमळा' हिचे आहे, असे म्हणून दाखविले जाते; पण पन्हाळ्याचेच एक संशोधक मु. गो. गुळवणी यांनी या 'थडग्या'चा शोध घेऊन ते थोरातांच्या कमळेचे नसून थोरात घराण्यातील यशवंतराव थोरात या शूर पुरुषाचे व त्याच्या गोडाई नावाच्या पतिव्रता स्त्रीचे आहे हे पुराव्यानिशी सिद्ध केले आहे.[८] पुढच्या कालखंडात बाळाजी विश्वनाथाच्या फौजेशी करवीरकरांच्या बाजूने लढत असता पन्हाळ्याच्या पायथ्याशी हा यशवंतराव थोरात धारातीर्थी पडला. त्याची बायको त्याच्याबरोबर सती गेली. या उभयतांची ही समाधी आहे. आत उभयतांच्या मूर्तीही थोरातांच्या वंशजांनी स्थापन केल्या आहेत. महाराष्ट्रातील या दोन संशोधकांनी संभाजीचरित्रामधील व लोकमानसातील या तथाकथित नायिकांच्या कथा मुळापासून उखडून टाकल्या आहेत, ही गोष्ट संभाजी राजांची प्रतिमा उजळ करणारी आहे.

सोयराबाई व प्रधान यांची कुटिल कारस्थाने

राज्याभिषेकानंतर (जून १६७४) रायगडावर संभाजीराजांचे वास्तव्य

---

७. बुसातिन-उस-सलातिन, पृ. २९२

८. कित्ता, पृ. ३०६-३०९

ऑक्टो. १६७६ पर्यंत म्हणजे सव्वादोन वर्षे झाले. ऑक्टो. १६७६ मध्ये शिवाजी महाराज कर्नाटक स्वारीवर बाहेर पडले. त्यांच्याबरोबर संभाजीराजेही बाहेर पडले ते पुन्हा महाराजांच्या मृत्यूपर्यंत रायगडावर गेलेच नाहीत. रायगडावर महाराजांचे अधूनमधून वास्तव्य होत असले तरी संभाजीराजे तिकडे साडेतीन वर्षे फिरकलेले नाहीत. या प्रदीर्घ अनुपस्थितीच्या कालखंडातच सोयराबाई व तिच्या बाजूच्या प्रधानांचा राजधानीतील राजकारणात प्रभाव निर्माण झाला असला पाहिजे.

राज्याभिषेकानंतरच्या रायगडावरील आपल्या वास्तव्यात युवराज संभाजीराजे काय करीत होते? शेजवलकरांच्या मते 'स्त्रीविषयक इष्क व कारभारातील ढवळाढवळ' करीत होते.[९] तर बेंद्र्यांच्या मते स. १६७५-७६च्या दरम्यान संभाजीराजे गोवा, उत्तर कर्नाटक व भागानगर या प्रदेशात दोन मोठ्या मोहिमा करीत होते.[१०] शेजवलकरांचा निष्कर्ष चिटणीस बखर, शिवदिग्विजय बखर यांसारख्या उत्तरकालीन साधनांवर व इंग्रज बातमीपत्रांतील अफवांवर आधारित आहे; तर बेंद्र्यांचा निष्कर्ष तत्कालीन कागदपत्रांच्या पुराव्यावर आधारित आहे.

या सुमारास हिंदुस्थानात प्रवास करणाऱ्या जॉन फ्रायर या इंग्रज प्रवाशाने या कालातील संभाजीराजांच्या हालचालींविषयी लिहिले आहे : "शिवाजीच्या सैन्याचा खास संभाजी राजाच्या हाताखालील भाग थेट गोवळकोंड्याच्या राज्यातील भागानगरपर्यंत गेला... शिवाजीच्या मुलाने भागानगर लुटले व शहरात जाळपोळ केली. बहलोलखानाने संभाजीराजाच्या सैन्यावर पाळत ठेवली होती... हे पाहून संभाजीराजा विजापुरास त्रास न देता बहलोलखानास चुकविण्याकरिता दुसऱ्याच रस्त्याने परत गेला. जाताना वाटेत संभाजीराजाने हुबळी, रायबाग व इतर बाजारी पेठांवर छापे घालून त्या लुटल्या."[११]

यावरून एक गोष्ट स्पष्ट होते की, संभाजीराजांच्या रायगडावरील वास्तव्यासंबंधी बखरी त्यांच्या 'इष्काच्या' अतिरंजित कथा सांगतात, तर तत्कालीन कागदपत्रे त्यांच्या लष्करी हालचालींचा बोध करून देतात. असे असता कर्नाटक स्वारीवर जाताना अभिषिक्त युवराज म्हणून आपल्या माघारी रायगडावर राज्याचा कारभार त्यास पाहावयास न सांगता महाराजांनी आपल्या बरोबर घेतले आणि प्रभावलीच्या सुभ्यावर नेमणूक करून शृंगारपुरी वास्तव्य करण्याचा आदेश दिला.

शेजवलकरांच्या मते युवराज संभाजीराजांच्या दुर्वर्तनास आळा घालण्यासाठी आणि प्रधानांशी त्यांचा खटका उडू नये यासाठी शिवाजी महाराजांनी त्यास आपल्या

---

९. श्रीशिवछत्रपती, पृ. १४३

१०. छ. संभाजीमहाराजांचे विचिकित्सक चरित्र, पृ. ४७-५०

११. कित्ता, पृ. ४७-४८

बरोबर घेतले.[१२] बेंद्र्यांनी म्हटले आहे, की जन्मसिद्ध व धर्मसिद्ध युवराजास राज्यव्यवहारधर्माने प्राप्त झालेल्या अधिकारापासून शिवाजी महाराजांनी च्यूत करून आपल्या ठिकाणी असणाऱ्या 'ब्रह्मनिष्ठेच्या हळुवारवृत्तीने' प्रधानांच्या बारभाई कारभारास संमती दिली; तेव्हा हा अपमान न साहून संभाजीराजांनी आपल्या बापाबरोबर रायगड सोडला...[१३] बेंद्र्यांनी या बाबतीत शिवाजी महाराजांवर 'ब्रह्मनिष्ठे'चा आरोप करून संभाजीराजांची बाजू उचलून धरली.

पण एक गोष्ट स्पष्ट आहे की, या वेळी (ऑक्टो. १६७६) रायगडावर अशी परिस्थिती निर्माण झाली होती की, संभाजीराजांना तिथे ठेवणे हे अधिक काळजीचे (की धोक्याचे?) होते. संभाजीराजे, सोयराबाई व प्रधान यांचे संबंध इतके ताणले गेले होते की, राजधानीतून युवराजाने बाहेर पडावे हेच राज्याच्या व त्याच्या हिताचे होते. तथापि, बेंद्र्यांचा 'ब्रह्मनिष्ठे'चा सिद्धान्त मान्य होण्यासारखा नाही. "ब्राह्मण म्हणून कोण मुलाहिजा करू पाहतो?" असा खडा सवाल विचारणाऱ्या या राजाने आपल्या ब्रह्मनिष्ठत्वापायी कोणा ब्राह्मण प्रधानास शिरजोर होऊ दिले असेल व त्यायोगे आपल्या पुत्रावर अन्याय केला असेल, असे वाटत नाही.

रायगडावरील तणावग्रस्त परिस्थिती राणी सोयराबाई व तिचे पाठीराखे प्रधान मोरोपंत पेशवे, अण्णाजी दत्तो सचिव, राहुजी सोमनाथ इत्यादींनी निर्माण केली होती, हे उघड आहे. प्रारंभी सुप्तावस्थेत असणारा आपल्या पुत्राच्या राज्याविषयीचा सोयराबाईचा लोभ आता उघड प्रकट झाला होता. माझ्या पुत्रास महाराष्ट्र देशीचे राज्य द्या आणि संभाजीराजाची काही अन्य व्यवस्था करा, असा हट्टच धरून सोयराबाई बसली असावी असे दिसते. अनुपुराणात या प्रसंगाचे मोठे नाट्यमय वर्णन आलेले आहे. त्यातील नाट्य सोडून दिले तरी सोयराबाईची आपल्या पुत्राच्या राज्यासंबंधीची मागणी ही गोष्ट सत्य होती. प्रारंभीच्या धुसफुशीचे रूपांतर लवकरच उग्र स्वरूपाच्या गृहकलहात व्हायला उशीर लागला नाही. इतके की शिवाजी महाराजांनाही या गृहकलहाची दखल उघडपणे घ्यावी लागली असावी. राजारामाची काही तरी सोय करायला हवी, असे त्यांनाही वाटू लागले असावे असे मानण्यास जागा आहे. अनुपुराणात पितापुत्रात झालेला संवाद दिलेला आहे, तो याबाबतीत थोडाबहुत मार्गदर्शक ठरतो :

शिवाजी महाराज : "उतारवयामुळे मला स्वराज्याचे रक्षण करणे जड जात आहे. तरी हे राज्य मी तुला देतो. राज्यातील कोणाताही भाग तुझ्या सावत्र भावाला देणार नाही. त्याच्यासाठी मी नवीन राज्य जिंकेन. म्हणजे तुम्हा दोघांना स्वतंत्रपणे

---

१२. श्रीशिवछत्रपती, पृ. १४३

१३. छ. संभाजीमहाराजांचे विचिकित्सक चरित्र, पृ. ५१

राज्य करता येईल. राजाराम लहान आहे. तो मला प्रिय आहे. तो स्वत: राज्य भोगावयास मागत नाही. तुझे गुण मोठे आहेत. पृथ्वी मी तुझ्या ताब्यात देण्यास तयार आहे. खरे म्हणजे राज्य एकाचेच होऊ शकते. जशी शरीराची वाटणी होऊ शकत नाही, तशीच राज्याची वाटणी होऊ शकत नाही. हे राज्य कोणातरी एकालाच दिले पाहिजे. मी दुसरे राज्य जिंकून येईपर्यंत तू रायगडाला सोयराबाईच्या सहवासात न राहता शृंगारपूरला राहून प्रभावली सुभ्याचा कारभार पाहा.''

संभाजीराजे : - ''आमचे दैव हे आमच्या सुखदु:खाचे कारण आहे. त्याला आईबाप कोणी जबाबदार नाहीत. तुम्ही नसलात तर स्वराज्यात माझे मन रमणार नाही. तुम्ही येथेच रहा. तुम्ही असलात म्हणजे बरे. वाटणीची कल्पना चूकच आहे. व्यवहाराला धरून नाही. बापाजवळ राज्य मागणारा पुत्रच नव्हे.''१४

उपरोक्त उताऱ्यावरून असे दिसते की, शिवाजी महाराजांना राज्याचे विभाजन मुळातच मान्य नव्हते. त्यासाठी त्यांनी राजारामासाठी वेगळे राज्य निर्माण करण्याचा पर्याय शोधून काढला असे दिसते; पण सोयराबाई आपल्या पुत्रासाठी महाराष्ट्र देशीचे राज्य मागत होती; आणि महाराज कर्नाटक देशीचे भावी राज्य देतो असे म्हणत होते. अशा प्रकारे राज्यविभाजनाचा प्रस्ताव स. १६७५-७६ या कालखंडातच रायगडावर चर्चिला गेला; आणि शिवाजी महाराजांनी थोड्या नाराजीने का होईना पण त्यास आपली संमती दिली. असे वाटते की पिता-पुत्राच्या बेबनावाला इथूनच सुरुवात झाली. संभाजीराजास राज्याचे विभाजनच मंजूर नव्हते; कारण महाराज कर्नाटकात जे जिंकणार होते, तोही मराठी राज्याचाच एक भाग बनणार होता!

स्वराज्याच्या या अंतर्गत राजकारणात प्रधानांची भूमिका काय होती? तर ती युवराज संभाजीराजांस विरोध करण्याची व राणी सोयराबाईचा पक्ष उचलून धरण्याची होती. शिवाजी महाराजांच्या पठडीतील मोरोपंत, आण्णाजी दत्तो, राहुजी सोमनाथ, प्रल्हाद निराजी, बाळाजी आवजी या ज्येष्ठ अधिकाऱ्यांनी युवराजाच्या विरोधात का जावे, याचे उत्तर वरवर जरी गूढ वाटले तरी त्याची उकल मानसशास्त्रीय दृष्टीने होऊ शकेल असे वाटते. युवराज व प्रधान यांच्यामधील संघर्ष हा 'दोन पिढ्यांतील अंतर' (Generation Gap) या तत्त्वानुसार सुरू झाला असावा.

शिवाजी महाराजांच्या आदेशानुसार संभाजीराजे जेव्हा कारभारात लक्ष घालू लागले, तेव्हापासून संभाजीराजे-प्रधान वितुष्टास सुरुवात झाली असावी. आम्ही एवढे कर्तबगार, महाराजांनी आमच्यावर एवढा विश्वास दाखवून कार्ये करून घेतली, प्रतिष्ठेने वागविले आणि हा कालचा पोर आम्हास शिकवतो, ही ज्येष्ठ पिढीतील प्रधानांची भावना त्यांचा अहंभाव वाढविण्यास व पुढे संभाजीराजांशी शत्रुत्व करण्यास

---

१४. छत्रसंभाजी स्मारक ग्रंथ, पृ. ७

कारणीभूत झाली असावी. याउलट आपण युवराज. राज्याचे वारसदार. हे प्रधान झाले म्हणून काय झाले? ते राज्याचे (आपले) चाकरच. आपला हुकूम त्यांनी मानलाच पाहिजे, हे १७/१८ वर्षांच्या तरुण युवराजाचे अपरिपक्व विचारही प्रधान दुरावण्यास कारणीभूत झाले असावेत. एखाद्या प्रधानाने युवराजाच्या इच्छेप्रमाणे न वागण्याचा केलेला आज्ञाभंग, किंवा महाराजांकडे केलेली एखादी तक्रार अशा साध्या प्रकरणातूनही या वितुष्टाला प्रारंभ झाला असेल.

"संभाजी ज्येष्ठ व शिकलेला आहे. मी व इतर लोकांनी त्याचा अपमान करू नये अशी माझी इच्छा आहे. तो प्रतापी आणि स्वत:च्या बुद्धीने चालणारा असल्याने ते मंत्र्यांना सहन होत नाही." हे शिवाजी महाराजांच्या तोंडी अनुपुराणकर्त्याने घातलेले उद्‌गार खरे असोत किंवा कल्पित; पण एवढे खरे दिसते की प्रधानांकडून युवराजाची अवज्ञा व युवराजाकडून प्रधानांचा उपमर्द खात्रीनेच झाला असला पाहिजे; त्याशिवाय प्रकरण एवढ्या इरेला पडणे शक्य नव्हते.

याच वेळेला प्रधानांसमोर आपले भवितव्य उभे राहिले असणे स्वाभाविक होते. ज्याचे बापाच्या हयातीत आपल्याशी पटत नाही तोच उद्या राज्याधिकारी झाला तर आपली काही धडगत नाही, या विचाराने ते अस्वस्थ झाले असणार. अशा परिस्थितीत दुखावलेले-धास्तावलेले प्रधान आणि राज्यलोभाने ग्रस्त झालेली राणी सोयराबाई यांचा रायगडावर एक गट तयार झाला असावा. सोयराबाईची राज्याची महत्त्वाकांक्षा या प्रधानांनी अधिक फुलविली असावी; कारण ही मंडळी वयोवृद्ध, राजकारणी व बुद्धिमान होती. त्यामानाने सोयराबाई ही परिपक्व बुद्धीची व दूरदृष्टीची स्त्री होती असे वाटत नाही. राज्यातील प्रधान आपल्या बाजूस आहेत, हे पाहिल्यावर तिलाही आपल्या कारवाया करण्यास अधिक चिथावणी मिळाली असावी.

अशा प्रकारे कुटिल राजकारणी प्रधान व मत्सरग्रस्त राणी एकत्र आल्यानंतर दोहोंच्या समान प्रतिस्पर्ध्यास-संभाजीराजास हतबल करण्यासाठी अनेक डावपेच लढविणे आवश्यक ठरले. संभाजीराजांचे चारित्र्यहनन अशाच एका डावपेचाचा भाग असावा. राजकारणातील सत्तास्पर्धेत प्रतिपक्षाचे चारित्र्यहनन करून त्यास बदनाम करण्याची अनेक उदाहरणे आपणास अगदी अलीकडच्या इतिहासातसुद्धा सापडू शकतील. संभाजीराजांच्या चारित्र्याविषयी ज्या अनेक दंतकथा त्यांच्या हयातीत निर्माण झाल्या त्याचा शोध या कुटिल राजकारणाच्या पार्श्वभूमीवर घेतला तर मग खाफीखान, मनुची आदींच्या कानापर्यंत जाऊन पोहोचलेल्या संभाजीराजांच्या 'इष्काच्या' कथा मुळातच कोणी निर्माण केल्या असतील, याचा अंदाज बांधता येतो.

◆

युवराज संभाजीराजे दिलेरखानाच्या गोटात!

शिवचरित्राप्रमाणेच संभाजीचरित्रातही अनेक प्रश्न अनुत्तरित राहतात. शिवाजी-संभाजी चरित्रातील असाच एक प्रश्न म्हणजे शिवाजी महाराजांनी कर्नाटक स्वारीत आपल्या बरोबर संभाजीराजांस का नेले नाही? या स्वारीत पिता-पुत्र एकत्र असते, तर पुढे एकमेकांत गैरसमज होऊन जो बेबनाव निर्माण झाला तो कदाचित उत्पन्न झाला नसता. कर्नाटकात युवराजाच्या पराक्रमासही वाव मिळाला असता. त्याचे मन कलुषित होण्याचा प्रसंगही आला नसता. आग्र्यास बादशहाला भेटण्यास जाणे धोक्याचे होते; पण हा धोका पत्करूनही स्वराज्याच्या या एकमेव वारसदारास घेऊन महाराज आग्र्यास गेले. असे वाटते की, आग्र्याच्या प्रसंगाहून कर्नाटक स्वारीच्या प्रसंगी महाराजांनी युवराजास बरोबर घेणे अधिक गरजेचे होते.

संभाजीराजे शाक्तपंथाच्या प्रभावाखाली

शृंगारपुरी संभाजीराजांचे वास्तव्य पाऊणेदोन वर्षे घडले. एवढ्या अवधीत बऱ्याच काही घटना घडून आल्या. शृंगारपूर-संगमेश्वर भागात शाक्त पंथीयांची वसती आणि प्रभाव होता. शाक्त पंथीयांचा मुख्य गुरू शिवयोगी याची मठी शृंगारपुरीच होती.[१] कवि कलशही याच कालात शृंगारपुरी होता असे दिसते. याच कालात संभाजीराजे शाक्तपंथीयांच्या प्रभावाखाली गेले आणि शाक्तपंथीय कवि कलशाला मुख्य सल्लागार म्हणून युवराजाच्या अंतर्गत वर्तुळात स्थान मिळाले. कवि कलशाने पुढे पुढाकार घेऊन युवराजाचा 'कलशाभिषेक' घडवून आणल्याच्या घटनेवरून त्याचे महत्त्व या दरम्यान किती वाढले होते, हे दिसून येते.

शिवाजी महाराजांच्या राज्याभिषेक प्रसंगीच रायगडावर वैदिकपंथीय व शाक्त-पंथीय यांचा संघर्ष झालेला दिसतो. हा संघर्ष विकोपास जाऊ नये म्हणून महाराजांनी शाक्तपंथीय निश्चलपुरी गोसाव्याकडून आपला दुसरा तांत्रिक राज्याभिषेक करून

---

१. छत्रपती संभाजी स्मारक ग्रंथ, पृ. ३३१

घेतल्याचेही प्रसिद्ध आहे. पहिल्या राज्याभिषेकाच्या वेळी रायगडावर या शाक्त-पंथीयांना वैदिक पंडितांकडून चांगली वागणूक मिळालेली नव्हती. शिवाजी महाराजांचे सर्व प्रधानही वैदिक धर्माभिमानी असल्याने त्यांनीही या पंडितांची बाजू घेतली असावी. पुढे दुसरा राज्याभिषेक केला गेल्यावर दोन पंथांमधील वाद वरवर जरी मिटला गेल्यासारखे वाटले तरी त्यांच्यामधील संघर्ष धुमसतच राहिला. आता मराठी राज्याचा युवराजच शाक्तांच्या प्रभावक्षेत्रात येऊन राहिल्यावर आणि रायगडावरील वैदिक धर्माभिमानी प्रधानांनी त्याच्या विरोधात गट निर्माण केल्याचे समजल्यावरून शाक्तांनी त्याचा फायदा उठविणे स्वाभाविक होते. वैदिक धर्माभिमानी प्रधानांचे विरोधक म्हणून शाक्तपंथीयांबद्दल युवराजाला आस्था वाटणेही शक्य होते. हळूहळू या आस्थेचे रूपांतर आकर्षणात होऊन युवराज शाक्तपंथीयांच्या प्रभावाखाली गेला असावा. याच काळात रायगडावरील कारभारात व राजकारणात राणी सोयराबाई व प्रधान यांचा प्रभाव निर्माण झाला असला पाहिजे. युवराजाची अनुपस्थिती ही त्यांच्या पथ्यावर पडली असावी.

दिलेरखानाशी संधान

या सुमारास दक्षिणेच्या मोगल सुभेदारीवर दिलेरखान हा पठाण सरदार आहे. तो पराक्रमी तर आहेच; पण कुटिल राजकारणी आहे. त्याला मराठी राज्यातील या बेदिलीचा सुगावा लागण्यास फारसा विलंब लागला नसावा. युवराज संभाजी राजांच्या मनातील वादळी विचारांचा, इच्छा-महत्त्वाकांक्षेचा अचूक वेध घेऊन त्याने त्यांच्याशी संधान बांधले आणि त्याने मोगली गोटास येऊन मिळावे म्हणून सातत्याने प्रयत्न चालविले. मोगलांना येऊन मिळाल्याने कसा फायदा आहे, याचेही स्वप्न त्याने युवराजासमोर उभे केले असले पाहिजे. प्रारंभी संभाजी राजांच्या मनाची चलबिचल झाली असावी; पण दिलेरखानाच्या सततच्या पाठपुराव्याने ते मोगलांना मिळण्याच्या निर्णयाकडे झुकत गेले असावेत.

मोगलांना मिळण्यापूर्वी संभाजीराजांच्या मनात To be or not to be चे द्वंद्व निर्माण झाले असलेच पाहिजे. प्रभावली सुभ्याचा कारभार आपल्या हाती देऊन मोठ्या विश्वासाने आपला पिता दूर कर्नाटक प्रांती गेला असता, त्याच्या गैरहजेरीत शत्रूस मिळण्याचे धाडस संभाजीराजांना होत नव्हते. दिलेरखानाशी चाललेला पत्रव्यवहार निर्णायक अवस्थेस येऊन पोहोचला असता जी उभयपक्षी संदेशाची देवाण-घेवाण झाली आहे तिच्यावरून संभाजीराजांच्या या वेळच्या मनातील विचारांची कल्पना येते. दिलेरखान पत्रात लिहितो :

"औरंगजेबाला सह्याद्री जिंकावयाचा आहे. त्यासाठी तो तुझी अपेक्षा करतो आहे; तुझ्याशी संधी करण्याची इच्छा करीत आहे. तू आमच्याकडे यावेस म्हणून

औरंगजेबाने तुझ्यासाठी सैन्य, संपत्ती व पत्र दिले आहे. तू शृंगारपूरला स्वस्थ काय बसला आहेस? औरंगजेब येण्यापूर्वी तू आणि मी सह्याद्री जिंकू.''

या पत्रास संभाजीराजांनी उत्तर धाडले : ''हा देश माझ्या हातात टाकून वडील दूर गेले आहेत. तो देश मला तुझ्या हातात देववत नाही. माझ्या पराक्रमाने मी नवीन मुलूख जिंकून औरंगजेबाचे समाधान करू शकेन.''[२]

संभाजीरांजाच्या या उत्तरावरून अद्यापि त्यांचे मन निर्ढावलेले नाही; मोगलांस मिळण्याचा त्यांचा विचार अद्यापिही शंभर टक्के झालेला नाही; पित्याच्या आगमनाची ते प्रतीक्षा करताहेत, असे दिसते.

एप्रिल-मे १६७८ च्या सुमारास शिवाजी महाराज कर्नाटक स्वारीहून महाराष्ट्रात आले; पण त्यानंतर त्यांची व संभाजीराजांची भेट झाल्याची नोंद उपलब्ध कागदपत्रात नाही. यावरून या वेळी पिता-पुत्रांची भेटच झाली नाही, असे इतिहासकारांनी गृहीत धरले आहे. बेंद्र्यांनी असा तर्क केला आहे की, 'मोगली व आदिलशाही सैन्याच्या मोठ्या उलाढाली होत असल्यामुळे शिवाजी महाराजांस संभाजीराजांकडे लक्ष देण्यास अवसर मिळाला नाही व कदाचित निकडही भासली नसेल. तोपर्यंत पिता-पुत्रांची भेटही झाली नव्हती. एक तर संभाजीराजे बिकट प्रदेशात होते व पाऊसही सुरू झाल्याने वाटाही दुर्लंघनीय झाल्या होत्या.'[३]

तथापि, बेंद्र्यांचा हा मुद्दा पटण्यासारखा नाही; कारण या कालातील शिवाजी महाराजांच्या एकूण हालचाली पाहिल्यास असे दिसते की, महाराजांना संभाजीराजांची भेट घेण्यास बराच अवसर होता. या कालातील महाराजांच्या हालचाली शेजवलकरांनी दिलेल्या आहेत, त्या अशा :

१. ४ एप्रिल ते १० मे १६७८ : महाराज कर्नाटकातून पन्हाळ्यावर, तेथून मौनीबुवाच्या दर्शनास पाटगावी. नंतर रामदास स्वामींच्या दर्शनास सज्जनगडावर.

२. ११ मे ते ५ जून १६७८ : महाराजांचे रायगडावर वास्तव्य.

३. ६ जून ते १० जून १६७८ : महाराजांची द. कोकणातील राजापुरास भेट.

४. ११ जून १६७८ ते २८ फेब्रु. १६७९ : महाराजांचे पन्हाळ्यावर वास्तव्य.[४]

ज्या महाराजांना पाटगावच्या मौनीबुवांना अथवा सज्जनगडावरील रामदासस्वामींना भेटण्यास अवसर मिळतो व जे महाराज या कालात पन्हाळा- पाटगाव-सज्जनगड-रायगड-राजापूर-पन्हाळा अशा प्रदेशात वावरताना दिसत आहेत, त्यांना संभाजीराजांची

---

२. छत्रपती संभाजी स्मारक ग्रंथ, पृ. ९

३. छत्रपती संभाजी महाराजांचे विचिकित्सक चरित्र, पृ. ५८

४. श्रीशिवछत्रपती, पृ. २५९-२६०

भेट घेणे अथवा त्यास आपल्या भेटीस बोलाविणे अवघड नव्हते. शिवाय स्वराज्यात चाललेल्या गृहकलहाच्या पार्श्वभूमीवर महाराजांसारखा जाणता राजा आपल्या नाराज झालेल्या पुत्रास न भेटता इतरच उद्योगात गुंतून राहील असे वाटत नाही.

संभाजीराजे दिलेरखानास का मिळाले?

तात्पर्य, पिता-पुत्राची भेट झाली असली पाहिजे; पण त्यात पुत्राचे समाधान झाले नसले पाहिजे. यास काय कारण घडले असेल, यासंबंधी उपलब्ध पुराव्याच्या आधारे तर्क बांधता येतो. कर्नाटक स्वारीहून परतल्यानंतर सोयराबाई आणि प्रधान यांनी महाराजांकडे संभाजी राजांविषयी अनेक तक्रारी केल्या असणार. त्यामध्ये अनुपुराणकर्ता म्हणतो त्याप्रमाणे प्रजेस अभय देऊन राज्याचा कर बुडविणे, अमात्यांचा अपमान करणे आणि सर्वांत धोक्याचे म्हणजे दिलेरखानाशी सूत जमविणे, या तक्रारी होत्या; पण संभाजीराजांना शृंगारपुराहून सज्जनगडावर पाठविणे हा काही यावर उपाय नव्हता. संभाजीराजांच्या मनातील समज-गैरसमज दूर करण्यासाठी पिता-पुत्रांची भेट होणे हाच उचित मार्ग होता. अशी भेट झाली असावी; पण त्यातून मार्ग निघाला नाही.

या भेटीत महाराजांनी सोयराबाई व प्रधान यांनी केलेल्या तक्रारींविषयी संभाजीराजांना जाब विचारला नसेल असे नाही; पण मुख्य मुद्दा चर्चिला गेला असेल तो राज्य विभाजनाचा. याच मुद्द्यावर पिता-पुत्राचा बेबनाव झाला असावा. महाराजांनी राज्य विभाजनाच्या संदर्भात संभाजीराजांसमोर कोणता मुद्दा मांडला असेल, हे अनुपुराणातीलच दुसऱ्या एका संदर्भावरून जाणता येते. तो संदर्भ असा की, कर्नाटकातील स्वारीहून परतल्यानंतर रायगडावर आपल्या प्रधानांना जवळ बोलावून महाराज म्हणतात - “ मी नवीन राज्य जिंकले आहे. आता पुढे काय करावे? ज्येष्ठ मुलाला राज्याचा मोठा भाग द्यावा, लहानाला लहान भाग द्यावा असा सर्वसामान्य नियम आहे. राजाराम लहान असल्याने त्याला लांब ठेवणे योग्य वाटत नाही. तेव्हा मी जिंकलेल्या लांबच्या प्रदेशात (कर्नाटक) संभाजीला पाठवावे. याला तुमची संमती असेल तर मी ते करीन.”[५]

अनुपुराणकर्त्याने, हा प्रस्ताव महाराजांनी प्रधानांपुढे मांडला, असे म्हटले आहे. आम्हास असे वाटते की, हा प्रस्ताव पिता-पुत्राच्या भेटीत पुत्रासमोर मांडला गेला असावा. निदान हा प्रस्ताव पत्ररूपाने तरी महाराजांनी आपल्या पुत्राकडे पाठविला असावा, एवढे तरी गृहीत धरावयास हरकत नाही.

कर्नाटक स्वारी हाती घेण्यापूर्वी महाराज म्हणत होते, की महाराष्ट्र देशीचे

---

५. छत्रपती संभाजी स्मारक ग्रंथ, पृ. ९

राज्य तुम्हास देतो आणि कर्नाटकीचे नवे राज्य राजारामासाठी जिंकून येतो; आणि आता तर कर्नाटकीचे राज्य तुम्ही घ्यावे आणि महाराष्ट्र देशीचे राज्य राजारामास देतो, असा एकदम उलटा प्रस्ताव आपणासमोर मांडतात, याचा राग संभाजीराजांस येणे स्वाभाविक होते. (असा प्रस्ताव संभाजीराजे दिलेरखानाकडून आल्यावर पन्हाळ्याच्या भेटीत महाराजांनी त्यांच्यासमोर मांडला असे सभासद म्हणतो; पण तसे नसून तो दिलेरखानाकडे जाण्यापूर्वीच मांडला गेला असावा.)

प्रसिद्ध इतिहासकार सर जदुनाथ सरकारांनी महाराजांच्या या प्रस्तावास a very understandable division of his empire असे म्हणून अशा प्रकारचे राज्य विभाजन त्यांनी का सुचविले असेल याचे यथार्थ विवेचन केले आहे. सरकार म्हणतात : 'In 1678 Shivaji proposed a very understandable division of his empire - the homeland of Maharashtra with its long-settled peaceful territory and resident families of hereditary faithful ministers and generals, was to go to Rajaram, a delicate boy of eight... The newly annexed country of the Karnataka (Jinji-Vellore) could more reasonably be Sambhaji's share, because the half-subdued condition of the province demand a vigorous grown-up sovereign to keep hold of it, and for such a task Sambhaji was beyond the question the fittest prince, and Rajaram was unthinkable.'[६]

(भावार्थ - १६७८ मध्ये शिवाजीने आपल्या राज्याची मोठ्या शहाणपणाने विभागणी करण्याचे योजिले होते. महाराष्ट्रातील राज्य, तेथे वंशपरंपरेने सेवा करणाऱ्या एकनिष्ठ प्रधानांची व सेनानीची घराणी असल्याने, चांगलेच स्थिर झाले होते. तेव्हा नाजूक प्रकृतीच्या राजारामाला ते द्यावे आणि कर्नाटकातील नव्याने जिंकून घेतलेले जिंजी-वेल्लोरचे राज्य संभाजीस द्यावे; कारण तेथे मराठी सत्ता अद्यापि स्थिर व्हायची होती आणि संभाजीसारखाच अधिपती ती स्थिर करू शकला असता. राजारामाकडून ते कार्य होण्यासारखे नव्हते, अशी शिवाजीची धारणा होती.)

कर्नाटकचे नव्याने जिंकलेले राज्य अद्यापि स्थिर व्हायचे होते. तेथील मदुरा, म्हैसूर इत्यादी ठिकाणांचे नायक, तंजावरचे व्यंकोजीराजे भोसले आणि सीमेवर असणारी आदिलशाही व कुतुबशाही राज्ये, याशिवाय जिंकलेल्या प्रदेशातील पराभूत नायक-पाळेगार या सर्वांना दबावाखाली ठेवण्यासाठी संभाजीराजांची महाराजांनी

६. कित्ता, पृ. ४८५-४८६

केलेली निवड सर्वस्वी योग्य अशीच होती. कर्नाटकात जाऊन तिथे राज्य निर्माण केल्यानंतर महाराजांच्या नजरेत ही गोष्ट आली असावी आणि म्हणूनच त्यांनी पूर्वीचा आपला निर्णय बदलून कर्नाटकचे राज्य संभाजीराजांना द्यावे, असा फेरनिर्णय घेतला असावा;

पण असा निर्णय घेण्यात महाराज आपल्यावर अन्याय करीत आहेत; सापत्न वागणूक देत आहेत; सावत्रमाता व प्रधान यांच्या सांगण्यावरूनच पूर्वग्रहदूषित मनाने ते आपणास दूर पाठवीत आहेत, अशा प्रकारचे विचार संभाजीराजांच्या मनात आले असले पाहिजेत. महाराजांची आपल्यावर माया आहे; पण सावत्र माता व प्रधान यांच्या कुटिल डावपेचात ते फसले आहेत, अशीही त्यांची भावना झाली असावी. वास्तविक, शिवाजी महाराज हा एक असा राजा होता की, जो आपल्या राज्याच्या अगर पुत्राच्या हितास मारक ठरेल असा निर्णय घेणेच अशक्य होते. राणीचे अगर प्रधानांचे ऐकून संभाजीराजांवर त्यांनी अन्याय केला असेल असे वाटत नाही; पण संभाजीराजे समज-गैरसमजाच्या गुंत्यामध्ये अडकून पडले होते. एका गैरसमजातून दुसरा गैरसमज अशा प्रक्रियेत सापडून संताप व अविवेक यांच्या भरात दिलेरखानास जाऊन मिळण्याचा त्यांच्या हातून अक्षम्य गुन्हा झाला.

बेंद्र्यांनी त्यांच्या कृत्यास 'अविचारी आत्मयज्ञ' म्हटले आहे, तर सेतुमाधवराव पगडींनी त्याचे वर्णन 'बेजबाबदारपणाचे कृत्य' असे केले आहे. संभाजीराजांच्या या कृतीचे समर्थन कोणीही इतिहासकार करू शकणार नाही.

युवराज संभाजीराजांचे प्रा. कानेटकरकृत मनोविश्लेषण

संभाजीराजे दिलेरखानाच्या गोटात जाण्याच्या सुमारास त्यांच्या मनात कसे विचार होते, विशेषत: शिवाजी महाराजांच्या संदर्भात त्यांची भावना कशी होती याविषयी प्रा. वसंत कानेटकरांनी मानसशास्त्रीय चर्चाचिकित्सा केलेली आहे. त्याची दखल इथे घेतल्यास अप्रस्तुत होणार नाही. संभाजी महाराजांच्या कारकिर्दीची, विशेषत: त्यांच्या युवराज कालातील जीवनाची मनोविश्लेषणात्मक चिकित्सा झाली पाहिजे, हा प्रा. कानेटकरांचा दृष्टिकोन रास्त आणि शास्त्रीय आहे; पण अशा प्रकारचे मनोविश्लेषण करीत असताना त्यांनी घेतलेला साधनांचा पायाच कच्चा असल्याने त्यावरील मनोविश्लेषणाची इमारत डळमळीत होऊ लागते.

प्रा. कानेटकरांनी संभाजी महाराजांची दोन रूपे मानली आहेत. पहिले युवराज संभाजीराजे व दुसरे छत्रपती संभाजी महाराज. युवराज कालातील संभाजीराजांच्या दुर्वर्तनाची चिकित्सा करताना त्यांनी म्हटले आहे : "कुमार वयात आडमुठ्या मनाला सरळ गोष्टींचेही विपरीत बोध होतात आणि मातृविहीन मुलाच्या मनाला असुरक्षिततेच्या गंडाने पछाडले म्हणजे घरीदारी शत्रुत्व दिसू लागते. कुमार वयात

सोयराबाईचा सावत्रपणाचा जाच शंभूराजांना छळीत असलाच पाहिजे... परमानंदाच्या काव्यात शंभूराजांनी दिलेरखानास लिहिलेल्या म्हणून ज्या पत्राचा अनुवाद रियासतकारांनी केलेला आहे त्यातील काही ओळी तर खूपच मोठा प्रकाशझोत टाकून जातात. 'माझ्या बापाचे अंत:करण सर्वथा सावत्र मातेने ग्रासून टाकले आहे. मला बापच नाही म्हणा ना. स्वत:ची माता तर मला नाहीच. शनीची माझ्यावर वक्रदृष्टी चालते आहे. मोरोपंतादी दुष्ट प्रधान माझा उच्छेद करण्यासाठी टपले आहेत. हे राक्षस मला दृष्टीसमोर नकोत...' यातले प्रत्येक वाक्य महत्त्वाचे आहे. तरुण होण्याच्या उंबरठ्यावर संभाजी राजांना (१) पित्याबद्दल, (२) सावत्र मातेबद्दल, (३) मोरोपंतादी प्रधान मंडळाबद्दल काय वाटत होते आणि शिवाय शनीच्या वक्र दृष्टीबद्दल सांगताना संभाजीराजे किती भाविक, श्रद्धाळू होते हेही स्पष्ट झाले आहे. (संगमेश्वराला देवीच्या अनुष्ठानाला बसलेल्या आणि हेरांनाच बेखबरी ठरवणाऱ्या संभाजीराजांच्या अखेरच्या आत्मघातकीपणाची बीजे इथे दृष्टीस पडत असावीत काय?) कौमार्यावस्थेच्या अखेरीस आणि तरुणपणाच्या उंबरठ्यावर राजे असतानाच, जर त्यांना इतक्या विविध प्रकारचे मनोगंड जडले असतील तर भांग आणि दारू यासारख्या व्यसनांच्या आणि स्त्रीबद्दलच्या अभिलाषेच्या मोहाला ते बळी पडावेत, यात नवल काहीच नाही. पिता सतत कार्यमग्न, डोळस नजर व धाक कोणाही वडीलधाऱ्यांचा नाही, लाड फार झालेले, रूप देखणे, वृत्ती रगेल आणि रंगेल आणि या सर्वांची परिणती राजांच्या दुर्वर्तनात झाली नसती तरच ते आश्चर्य ठरले असते.''[७]

प्रा. कानेटकरांनी अनुपुराणकर्त्याने संभाजीराजांच्या तोंडी घातलेल्या या चार वाक्यांच्या उद्गाराच्या आधारे 'युवराज शंभूराजांच्या' मानसिक जडणघडणीची व चारित्र्याची खोलवर जाऊन मानसशास्त्रीय चिकित्सा केली आहे. युवराजाचे आपल्या सावत्र मातेबद्दलचे व प्रधानाबद्दलचे तथाकथित उद्गार अनुपुराणातील इतर अनेक संदर्भाशी जुळतात; पण ''मला बापच नाही म्हणा ना'' हा उद्गार कुठेच जुळत नाही!

सरदेसाईंनी दिलेल्या संभाजीराजांच्या या उद्गाराचा शोध आम्ही त्यांच्या रियासतीत घेतला; पण तेथे ते सापडले नाहीत. म्हणून खुद्द प्रा. कानेटकरांकडे विचारणा केल्यावर त्यांचे उत्तर आले : ''गो. स. सरदेसाई यांनी शालेय मुलांसाठी 'राजा शिवाजी' नावाचे पुस्तक लिहिले आहे. त्यात एका प्रकरणाला 'भयंकर उद्वेग' नाव दिले आहे. त्याचा प्रारंभच मुळी या परिच्छेदाने झाला आहे. तो वाचूनच मी 'रायगडात...' शिरलो. बाकी तुमचे धोरण मला मान्य आहे. याची (या विषयाची) चर्चा व्हावी हीच माझी इच्छा आहे.'' (१५।१०।१९८९)

---

७. छत्रपती संभाजी महाराज स्मारक ग्रंथ, पृ.३९३-३९४

अनुपुराणात शोध घेता असे आढळून आले की, औरंगजेबाच्या आदेशानुसार दिलेरखानाने संभाजीराजास आपल्या बाजूस आणण्यासाठी जे पत्र लिहिले त्याला उत्तर म्हणून संभाजीराजांनी एक गुप्त पत्र पाठविले. (या पत्राचा सारांश मागे येऊन गेला आहेच.) इथे आम्ही त्या पत्राचा पूर्ण अनुवाद देत आहोत :

संभाजीराजे दिलेरखानास लिहितात - ''माझ्या हिताची म्हणून तुम्ही जी गोष्ट सांगितली ती तशी घडून येईल, याहून वेगळे नाही, असे माझ्या मनात आहे. आपल्या पत्रातून मला असे दिसून आले की सर्वांची मने एकच असतात; परंतु ज्या प्रदेशाची जबाबदारी माझ्यावर सोपवून दुसरा प्रदेश जिंकण्यासाठी अगदी बिनधास्तपणे माझे वडील निघून गेले आहेत ते इथे परत येईपर्यंत मी आपण सुचविलेली मोहीम स्वीकारू शकत नाही. आपल्या हिताकडे दुर्लक्ष करून मी माझ्या वडिलांची आज्ञा मोडणार नाही; परंतु आपल्या पराक्रमाने जिंकलेल्या वैभवाने मी त्यांना संतुष्ट करीन. स्वतःची खरी योग्यता स्वीकारण्यात परिश्रम कसले? आणि दिल्लीपती माझ्या बाजूस आल्यावर काय सांगावे? (ही चांगलीच गोष्ट आहे.) माझ्या बाजूचे म्हणून आपण मला पाठविलेले पत्र आपल्या प्रेमाचे प्रतीक आहे. मैत्रीच्या बाबतीत आधार आहे. आपण आपल्या पत्रामध्ये 'आपला' असे संबोधून स्नेह जुळविला आहे. तो स्नेह प्रत्यक्षात साकार होईल अथवा नाही, याबद्दल मुळीच संशय नको.''[८]

उपरोक्त पत्रात सरदेसाईंनी दिलेल्या चार उद्गारांची नावनिशाणीही नाही. उलट मनात चलबिचल झाली असली तरी वडिलांच्या गैरहजेरीत मी त्यांची अवज्ञा करून तुमच्याकडे येऊ शकत नाही, हे संभाजीराजांचे उद्गार त्यांच्या वडिलांविषयीच्या भावना काय होत्या हे दाखविणारे आहेत. अनुपुराणाचा थोडा अधिक शोध घेता असे दिसले की, दिलेरखानाच्या गोटामध्ये खान व संभाजीराजे यांच्यात जे संभाषण झाले, त्याच्या आधारावर सरदेसाईंनी संभाजीराजाचे हे उद्गार तयार केले आहेत. शालेय मुलांसाठीच त्यांनी 'भयंकर उद्वेग' हे गोष्टीवजा प्रकरण लिहिले असल्याने उद्गारातील अर्थाविषयी ते फार घट्ट राहिले नसावेत. दिलेरखानाच्या गोटामध्ये खान व राजे यांच्यात झालेला संवाद असा आहे :

''शृंगारलेल्या हत्तीवर दलेलखानासह संभाजीराजे बसले होते. त्या वेळी शंभूराजाकडे पाहून दलेलखान म्हणाला, 'इंद्रप्रस्थाच्या इंद्राने (औरंगजेब) असह्य असा सह्य प्रदेश तुला आक्रमण करण्यास सांगितले आहे. मग या प्रदेशाचे आधिपत्य तुलाच दिले जाणार आहे. ममतेच्या (सोयराबाईच्या) आधीन झालेल्या शिवाजीराजाचे राज्य मग तुझेच. जिंकण्याची इच्छा असलेल्या वीराने चांगल्या-

---

८. परमानंद काव्यम्, श्लोक ६-७, १५-८६

वाईटाचा विचार न करता जिंकत जावे. रावणाने वडील भावाशी, कुश-लवांनी रामाशी, इंद्राने असुरांशी, भीमाने दृष्टद्युम्नाला पुढे करून गुरू द्रोणाशी, अर्जुनाने शिखंडीला पुढे करून भीष्माशी, धर्मराजाने आपला मामा शल्याशी, सुग्रीवाने वालीशी, परशुरामाने भीष्माशी, बिभिषणाने रावणाशी, कार्तिकेयाने गणेशाशी, औरंगजेबाने शहाजहानशी युद्ध केले आणि राजपद मिळविले. जीवन क्षणभंगुर आहे. म्हणून पराक्रमाने सत्ता मिळवावी. पराक्रम नसलेल्यांचे नावसुद्धा ऐकू येत नाही. उद्योगाविना पराक्रम नाही. पराक्रमाविना कीर्ती नाही, कीर्तीविना लौकिक नाही. तुझ्यात अनेक गुण आहेत... पिता, माता, मित्र, बंधू, सावत्र भाऊ किंवा सख्खा भाऊ कोणीही असोत त्यांना आपल्या ताब्यात ठेवले पाहिजे.''

''हे ऐकून परशुरामाला पाहून रामाने जसे धनुष्य घेतले, तसे शंभुराजाने दोरी न चढविलेले धनुष्य घेतले आणि दलेलाचे रक्षण करण्यासाठी जणू त्याने बाण हवेत सोडला. तो दलेलास म्हणाला, ''माझे अहित करणाऱ्या दुष्ट बुद्धीच्या लोकांना जिंकून मी विजय मिळवीन. तुझ्या मदतीने इंद्रपद मिळण्यातसुद्धा मला कष्ट होणार नाहीत. तू सांगितलेली सर्व उदाहरणे ठीक आहेत. कल्पवृक्षाप्रमाणे सर्व इच्छा पुऱ्या करणाऱ्या तुझ्या आश्रयास मी आलो आहे. राज्य मिळविण्यासाठीचे माझे सर्व मनोरथ पुरे झाले आहेत. तुझ्यासारखा सत्य आणि हितकारक बोलणारा आणखी कोणी. ममतेने (राणी सोयराबाई) मन ग्रस्त झालेल्या वडिलांनी मला दूर ठेवले आहे. सावत्र भाऊरूपी शनी माझ्यावर दुरूनच नजर ठेवतो. मोरोपंतादी दुष्ट मंत्री यांच्या सांगण्यावरून माझे माता-पिता जरी मोहममताग्रस्त झाले असले (कलीच्या प्रभावाने) तरी मला अत्यंत पूज्यच आहेत. प्रजेवरील प्रेमाने, दुर्जनांना दंड देण्यासाठी, भ्रष्टाचारी सचिव व सेनापती यांना ताळ्यावर आणण्यासाठी माझे राज्य आहे ते मिळविण्यात श्रम कसले? पित्यानंतर वडील मुलगा राजा होतो हे सर्व जाणतात. मी ज्येष्ठ व गुणाने श्रेष्ठ आहे. तुझ्या मदतीने मी रात्रंदिवस शत्रूचा प्रदेश काबीज करीन.' असे शंभुराजा दलेलास म्हणाला.''[९]

उपरिनिर्दिष्ट परिच्छेदांमधील संभाजीराजांच्या सोयराबाई, प्रधान इ. विषयीच्या भावना सरदेसाईनी दिलेल्या 'उद्‌गाराशी' थोड्याफार जुळतात; पण पित्याविषयी इथेही 'ममतेने मन ग्रस्त झालेल्या वडिलांनी मला दूर ठेवले आहे.' एवढेच ते म्हणतात ''मला बापच नाही म्हणा ना'' असे उद्वेगाचे उद्‌गार काढीत नाहीत. उलट दुष्ट मंत्र्यांच्या सांगण्यावरून माझे माता-पिता मोहममता ग्रस्त झाले असले तरी मला ते अत्यंत पूज्यच आहेत. (पूज्यतमौ मम) असे ते म्हणतात. तसेच आकाशस्थ शनी ग्रहाविषयी नव्हे तर रायगडस्थ सावत्रबंधूरूपी शनीविषयीच्या दुरून नजर

---

९. परमानंद काव्यम्, श्लोक ६-७, १५-८६

ठेवण्याच्या (वक्र नजर नव्हे) भावनेविषयी ते बोलत आहेत!

मुळात अनुपुराण हे काव्य आहे, त्यातील कविकल्पना कोणत्या व इतिहास कोणता, याचा तारतम्याने विचार करूनच 'शिवाजी-संभाजीच्या' व्यक्तित्वाविषयी चिकित्सा करावी लागेल, हा मुद्दा आम्ही मागे मांडलेलाच आहे. वरील काव्यातील दिलेरखानाच्या तोंडी रामायण, महाभारत इत्यादी ग्रंथांतील जी उदाहरणे घातली आहेत, त्यावरून खान कोणी हिंदुधर्मशास्त्र पंडित होता असाही निष्कर्ष काढता येईल! पण तो केवळ चुकीचाच नव्हे हास्यास्पद ठरेल. अनुपुराणातील वरील प्रतिपादनात खानाचे पांडित्य ही कविकल्पना असली तरी खान संभाजीराजास आपल्या बापाविरुद्ध लढण्यास कसा उद्युक्त करीत होता व त्यास संभाजीराजे मराठी राज्यावरील स्वारी टाळून 'शत्रूचा प्रदेश' जिंकण्याची भाषा कशी करीत होते, याचा सर्वसाधारण बोध होऊ शकतो.

साहित्यिक कलाकृती निर्माण करण्याच्या कामी साहित्यिकांनी इतिहासकारांच्या ग्रंथावर विसंबून राहिले तरी चालण्यासारखे आहे; पण साहित्यिक जेव्हा इतिहासाची चर्चा-चिकित्सा करतात तेव्हा त्यांनी ऐतिहासिक साधनांच्या मुळाशी जाणे आवश्यक आहे, असे म्हटले तर ते चुकीचे ठरू नये.

युवराज संभाजीराजे दिलेरखानाच्या गोटात

अनुपुराण सांगते की, शिवाजी महाराजांनी स्वतःच्या हाताने पत्र लिहून संभाजीराजांस कळविले की : "तू प्रजेला अभय देतोस, पण प्रजा कर बुडवीत आहे. तू अमात्यांचा उघड अपमान करीत आहेस. तरी शृंगारपुराहून उठून तू सज्जनगडास जा."[१०]

महाराजांच्या आज्ञेप्रमाणे संभाजीराजे झुगारपुराहून सज्जनगडावर आले - (सु. ऑक्टो. १६७८). गडावर यावेळी रामदास स्वामी नव्हते. कदाचित लवकरच येणारही असतील. गडावरील धार्मिक वातावरणात युवराजाचा राग शांत होईल असेही महाराजांना वाटले असावे; पण वातावरणाच्या बदलाचा संभाजीराजांवर काही परिणाम झाला नाही. उलट दिलेरखानाला जाऊन मिळण्याचा त्यांचा विचार पक्का झालेला दिसतो. अखेर साताऱ्याच्या पायथ्याशी कृष्णातीरी असलेल्या संगम माहुलीस तीर्थस्नानास जातो, म्हणून त्यांनी सज्जनगडच्या किल्लेदाराचा निरोप घेतला आणि माहुलीस पोहोचल्यावर आपल्या बरोबरीच्या सैनिक तुकडीस परत जाण्याचा आदेश देऊन म्हटले :

"एष व्रजामि दिल्लीन्द्रवाहिनीमवगाहितुम्।
एष्यामि च पुनः स्वीयं सह्याद्रिं सहसार्दितुम्।।"[११]

---

१०. छत्रपती संभाजी महाराज यांचे विचिकित्सक चरित्र, पृ. ५८-५९
११. परमानंद काव्यम्, श्लोक ५५

(दिल्लीपतीच्या सैन्याला मिळण्यासाठी (अवगाहन) मी जात आहे.
पुन्हा परत येईन तो आपल्या (स्वीयं) सह्याद्रीस तडकाफडकी
जिंकण्यासाठीच (सहसार्दितुम्).)

अर्दितुम्चा शब्दश: अर्थ पीडा देण्यासाठी; पण इथे 'जिंकण्यासाठीच' असाच अर्थ योग्य वाटतो. विशेषत: 'स्वीयं सह्याद्रिं' या वर्णनामुळे 'जिंकणे' हाच अर्थ अधिक अचूक ठरेल. बेंद्रे व डॉ. गोखले यांनीपण असाच अर्थ घेतला आहे; पण प्रा. कानेटकरांनी 'अर्दितुम्'चा अर्थ 'उद्ध्वस्त' करण्यासाठी असा घेऊन संभाजीराजास धारेवर धरले आहे : ते म्हणतात, ''आता परत येईन ते हे राज्य उद्ध्वस्त करण्यासाठीच, हे संभाजीराजांचे परमानन्दाने सांगितलेले उद्गार ऐकल्यावर हा मुलगा या वयातसुद्धा परिपक्व झाला नव्हता याचा आजही विषाद वाटतो.''१२

शब्दांच्या अर्थाच्या छटा वरवर महत्त्वाच्या वाटत नसल्या तरी त्यातील एखादी छटा इतकी तीव्र असते की, संबंधित माणसाचे सर्व व्यक्तिमत्त्व बदलून टाकू शकते. संभाजीराजा परत येणार ते सह्याद्री 'जिंकण्यासाठी' की 'उद्ध्वस्त' करण्यासाठी? आपण कोणता अर्थ स्वीकारणार, यावर संभाजीराजाची वृत्ती ठरणार आहे.

अगदी याच अनुपुराणाचा आधार घेऊन सांगायचे झाल्यास असे म्हणता येईल की, पुढे सह्याद्रीला जिंकण्यासाठी संभाजीराजांचा विचार मागे पडला असून, ते राज्य माझेच आहे, ते मिळविण्यात श्रम कसले, असे विचार संभाजीराजांच्या मनात येऊ लागले होते. एवढेच नव्हे तर 'शत्रूचे राज्य' जिंकून आपल्या अंगचा पराक्रम आपल्या पित्यास दाखवू, असाही त्यांच्या मनातील विचार त्यांचे दिलेरखानाशी जे संभाषण झाले त्यावरून दिसून येतो. मग माहुली तीर्थक्षेत्री काढलेल्या त्या 'सह्याद्रीला जिंकण्यासाठी परत येण्याच्या' उद्गाराचा अर्थ काय लावायचा?

असे वाटते की माहुलीवरचे उद्गार उद्वेग व संताप यांच्या भरात संभाजीराजांनी काढले असावेत; पण ही संतापाची भावना हळूहळू शांत होत गेली, असेच पुढे त्यांच्या बदललेल्या विचारावरून दिसते.

इथे एक महत्त्वाचा मुद्दा उपस्थित होतो की, युवराज संभाजीराजे व दिलेरखान यांच्या दरम्यान जो करार झाला होता त्याचे स्वरूप काय होते? संभाजीराजे मोगलांचे मनसबदार-चाकर म्हणून तिकडे गेले होते काय? मोगलांकडून त्यांची काय अपेक्षा होती? मोगलांनी त्यांना पंचहजारी मनसब दिली असली तरी संभाजीराजे स्वत:ला मोगलांचा चाकर न समजता एक स्वतंत्र 'दोस्त' असे समजत असावेत. सर जदुनाथ सरकारांनी या मुद्द्यावर थोडाबहुत प्रकाश टाकला आहे :

"There was no talk of annexing Maharashtra to the Mughal

---

१२. छत्रपती संभाजी स्मारक ग्रंथ, पृ. ३९६

Empire; Dilir's support was to be purchased merely by Sambhaji agreeing to a policy of friendly alliance with the Government of Mughal Deccan, exactly as Shahu did in 1718. The contemporary English factory letters and Persian histories prove that Sambhaji in the Mughal viceroy's camp did not consider himself as a servant of Dilir, but as an independant and equal ally."[१३]

(भावार्थ - दिलेरखानाच्या गोटात मराठी राज्य मोगलांच्या साम्राज्यास जोडण्याची भाषा झालेली नव्हती. दक्षिणेतील मोगली सत्तेशी मैत्रीपूर्ण सहकार्य करण्याचा करार दिलेरखानाने देऊ केलेल्या पाठिंब्याच्या अटीवर संभाजीने मान्य केला होता. पुढे शाहूने अशाच प्रकारचा करार स. १७१८ साली केल्याचे दिसून येते. तत्कालीन इंग्लिश बखरवाल्यांचा पत्रव्यवहार आणि मोगल दरबारचे इतिहासग्रंथ हेच दर्शवितात की, मोगली छावणीत संभाजी स्वत:ला खानाचा चाकर न समजता एक स्वतंत्र व बरोबरीचा दोस्त समजत होता.)

अद्यापि दक्षिणेत आदिलशाही व कुतुबशाही व त्यांच्याही दक्षिणेला छोट्या-मोठ्या नायकांची राज्ये अस्तित्वात होती. दक्षिणेतला प्रदेश जिंकण्याचे मोगलांचे कार्य सतत चालूच होते. अशा वेळी मोगलांच्या सहकार्याने दक्षिणेत ह्या शाह्यांचा प्रदेश जिंकून काही पराक्रम करून दाखवावा, ही ऊर्मी मोगलांना जाऊन मिळण्यामागे असावी.

सेतुमाधवराव पगडींनीही हाच विचार मांडला आहे. ते म्हणतात : ''पुढे संभाजी-दिलेरखान यांच्यातील उडालेला खटका पाहता असे दिसते की, आपल्यावर मराठी राज्यावर हल्ला करण्याचा प्रसंग येणार नाही; विजापूर, गोवळकोंडा इत्यादी प्रदेशांत आपल्याकडून कामगिरी घेण्यात येईल, अशी संभाजीराजांची अपेक्षा असावी; पण मोगलांच्या जाळ्यात एकदा अडकल्यावर त्यांच्या अपेक्षांना मर्यादा पडल्या.''[१४]

मोगली गोटात संभाजीराजांस काही स्वतंत्र कामगिरी सांगितली गेली तर नाहीच, उलट त्यास पुढे करून दिलेरखानाने मराठी राज्याच्या सीमेवर असणाऱ्या भूपाळगडावर हल्ला चढविला. फिरंगोजी नरसाळ्याने गड शर्थीने लढविला तरी तो अखेर पडलाच. खानाने गडावरील ७०० मराठ्यांचे हात तोडले आणि गड जमीनदोस्त करून टाकला!

असे वाटते की, संभाजीराजांचा खानाशी बेबनाव इथून सुरू झाला असावा.

---

१३. छत्रपती संभाजी स्मारक ग्रंथ, पृ. ४८६
१४. छत्रपती संभाजी स्मारक ग्रंथ, पृ. १०६

कारण मराठी राज्यात पुढे घुसून मोगली सैन्य पन्हाळ्यास वेढा देणार, अशा भूमका उठूनही दिलेरखान पुढे सरकला नाही. इतिहासकार असे मानतात, की विजापूरच्या स्वारीत तिकोटा-अथनी वगैरे ठिकाणी मोगली सैन्यांनी हिंदूंवर अत्याचार केल्यावर संभाजीराजांचे मतपरिवर्तन झाले असावे. आमच्या मते मोगलांच्या राजनीतीचे खरे स्वरूप त्यांना भूपाळगडावरच दिसून आले. स्वराज्यातील ७०० मराठ्यांचे हात कलम केल्याचे समजताच मराठी युवराजाचा क्रोधाग्नी भडकला असावा; मग खानाने त्याची कशीबशी समजूत घातली असावी.

या संदर्भात खुद्द संभाजीराजांनी दिलेल्या संस्कृत दानपत्रातील एक उल्लेख चिंत्य आहे - "औरंगजेबाच्या घोडदळाचा प्रमुख दिलेरखान हा सात हजार घोडदळ आणि वैभव घेऊन भूपाळ दुर्ग घेण्यासाठी आला व त्याने (संभाजीराजापुढे) गुडघे टेकले असता,१५ ज्याने शंकराने तिसरा डोळा उघडून त्यातून अग्नी बाहेर टाकावा त्याप्रमाणे आपला क्रोध प्रकट केला..."१६

या अस्सल कागदातील उल्लेखावरून भूपाळगडावरच संभाजीराजांचे व दिलेरखानाचे बिनसले असावे व शेवटी दिलेरखानाने क्षमायाचना करून संभाजी राजाचा राग शांत केला असावा असा तर्क बांधता येतो. येथून पुढच्या मराठी राज्यावरील मोहिमेस संभाजीराजांनी विरोध केला असावा. या विरोधाचा परिणाम म्हणूनच स्वराज्यात घुसणारी ही मोहीम थांबवून खान संभाजीराजांसह औरंगाबादेस मुक्कामास गेला व पुढे पावसाळा संपताच त्याने विजापूरवरील मोहीम हाती घेतली - (सप्टें. १६७९).

---

१५. डॉ. कमल गोखले यांनी 'दलेलासुर याने गुडघा लावल्यामुळे संतप्त झालेल्या' असा जो अनुवाद केला आहे तो चुकला आहे - शिवपुत्र संभाजी, पृ. ४३३
१६. छत्रपती संभाजी स्मारक ग्रंथ, परिशिष्ट क्रमांक ४

युवराज संभाजीराजे पुन्हा स्वराज्यात!

विजापूरवरील मोगली स्वारी अयशस्वी झाली. असे दिसते की, त्यानंतर दिलेरखानाच्या मनात मराठी राज्यात घुसून पन्हाळ्यावर हल्ला करावा, असा बेत होता. मार्गात अथनी, तिकोटा इत्यादी आदिलशाही मुलखातील गावांतील हिंदू प्रजाजनांवर मोगली सैन्याने अनन्वित अत्याचार केले. हिंदू प्रजेवर होणारे हे अन्याय-अत्याचार पाहून संभाजीराजास खान व त्याचे सहकारी यांच्याबद्दल तिरस्कार उत्पन्न होऊन त्यांनी त्यांची संगत सोडण्याचा निर्धार पक्का केला. खानाशी त्यांचा वाद अथवा भांडणही झाले असावे. कदाचित सभासद सांगतो त्याप्रमाणे संभाजीराजांस कैद करा, म्हणून औरंगजेबाचे फर्मानही मार्गावर असेल; अगर खानाचा तसा विचारही चालू असेल. एक गोष्ट निश्चित की इत:पर मोगली गोटात राहणे संभाजीराजास उचित गोष्ट वाटेनाशी झाली. कदाचित ती धोकादायकही वाटली असावी.

पिता-पुत्राची दिलजमाई

दरम्यान, शिवाजी महाराजांचा आपल्या पुत्राशी पत्रव्यवहार चालू होता. मनातले किंतु काढून टाकून येण्याविषयीच्या महाराजांच्या मायेच्या पत्रांनीही मोठी कामगिरी बजावली असावी. स्वराज्यात येण्याचा निश्चय होताच मोगली छावणीत कोणासही सुगावा लागू न देता संभाजीराजे बाहेर पडले आणि तडक विजापुरास गेले. विजापुरास जाणे त्यांना अधिक सुरक्षित वाटले असावे.

या वेळी विजापूरचा वजीर मसुदखान हा शिवाजी महाराजांचा मित्र बनलेला असून, मोगली हल्ल्यापासून विजापूरचा बचाव करण्यासाठी महाराजांनी आपले लष्कर तिकडे पाठविलेले होते. या लष्कराच्या काही तुकड्या अद्यापिही विजापूरच्या आसमंतात असाव्यात. या तुकड्यांच्या साहाय्यानेच संभाजीराजे विजापूरहून निघून स्वराज्यात पन्हाळगडावर दाखल झाले - (डिसें. १६७९)

संभाजीराजे मोगलाईतून पुन्हा स्वराज्यात आले ही आनंददायक घटना महाराजांनी

आपले सावत्र बंधू व्यंकोजीराव यांना पुढे अशा शब्दांत कळविली आहे : "चिरंजीव राजश्री संभाजीराजे मोगलाईत गेले होते. त्यास आणावयाचा उपाय बहुतप्रकारे केला; त्यासही कळो आले की ये पातशाहीत अगदी विजापूरचे अगर भागानगरचे पातशाहीत आपले मनोगतानरूप चालणार नाही. ऐसे जाणोन त्याणी आमचे लिहिण्यावरून स्वार होऊन आले. त्यांची आमची भेट जाली. घरोब्याच्या रीतीने जैसे समाधान करून ये तैसे केले."[१]

संभाजीराजे पन्हाळ्यावर दाखल झाले तेव्हा शिवाजी महाराज मोगली मुलखातील जालन्याच्या स्वारीवर होते. युवराजाच्या आगमनाची वार्ता हाती येताच ते तातडीने पन्हाळ्याकडे आपल्या पुत्रास भेटण्यास आले. पिता-पुत्रांची भेट मोठ्या भारावलेल्या अंत:करणाने झाली असली पाहिजे. सभासदाने या भेटीचे 'बहुत रहस्य जाहाले' म्हणून भावपूर्ण वर्णन केले आहे, ते यापूर्वी येऊन गेलेच आहे. त्याची पुनरावृत्ती इथे करीत नाही; पण सभासद म्हणतो त्याप्रमाणे राज्यविभाजनाचा प्रस्ताव पुन्हा एकदा महाराजांनी आपल्या पुत्रासमोर मांडला असेल असे वाटत नाही. आपल्या पुत्राचे आपण 'घरोब्याचे रीतीने जैसे समाधान करून ये तैसे केले' या छोट्याशा वाक्यात पिता-पुत्राचे मतभेद, बेबनाव संपला व उभयपक्षी दिलजमाई झाली असाच आशय आहे.

रियासतकार सरदेसाई आणि इतर अनेक लेखकांनी या पन्हाळा भेटीनंतर महाराजांनी संभाजीराजांना पन्हाळ्यावर अटकेत अथवा नजरकैदेत ठेवले, असे म्हटले आहे. तथापि, शिवाजी महाराजांसारखा सुज्ञ पिता अशा प्रकारे पश्चात्तापदग्ध होऊन शत्रूच्या गोटातून स्वगृही आलेल्या आपल्या पुत्रास नजरकैदेत ठेवेल असे वाटत नाही. अशा प्रकारचा अविश्वास संभाजीराजांवर दाखविणे गैर झाले असते. महाराजांनी या वेळी म्हालोजी घोरपडे या विश्वासू सेनानीस संभाजीराजांच्या हाताखाली देऊन त्यांना पन्हाळा प्रांतीचा कारभार सांगितलेला दिसतो.

बेंद्रे तर याही पुढे जाऊन खाफीखानाच्या वृत्तांताच्या आधारे म्हणतात की, पिता-पुत्राची दिलजमाई झाल्यानंतर महाराजांनी संभाजीराजांच्या हाताखाली भली मोठी फौज देऊन बुऱ्हाणापुरावर हल्ला करण्यास पाठविले.[२] खाफीखानाने म्हटले आहे : "नंतर जुलुस २३ - १०९१, हिजरीच्या मोहरम महिन्यात (२२ जानेवारी ते १९ फेब्रुवारी १६८०) उपरिनिर्दिष्ट संभा, की जो दुष्ट बुद्धीचा आहे, त्याने त्या वेळच्या सरावाप्रमाणे तीन चार कोसांच्या शीघ्र गतीने कूच केले. उपरि उल्लेखित दुष्ट वृत्तीच्या संभाने वीस हजार स्वारीनिशी येऊन बुऱ्हाणपूरावर हल्ला चढविला...."[३]

१. शिवकालीन पत्रसार संग्रह, पत्र क्रमांक २२३६

२. छत्रपती संभाजी महाराजांचे विचिकित्सक चरित्र, पृ. १०९

३. कित्ता, पृ. १०७

तथापि, बुऱ्हाणपुरावरील हल्ल्याची खाफीखानाने दिलेली तारीख चुकली असून, ती हिजरी १०९१ ऐवजी हिजरी १०९२ (जानेवारी १६८१) अशी पाहिजे, असे सेतुमाधवराव पगडी म्हणतात. पगडींचे म्हणणे अधिक बरोबर ठरते. दिलेरखानाच्या गोटातून स्वराज्यात परतल्यावर संभाजीराजांचे वास्तव्य पन्हाळ्यावरच झाले, असे दिसते.

पन्हाळ्यावरील वास्तव्याच्या कालखंडात संभाजीराजे बुऱ्हाणापुरावरील स्वारीत होते, असे गृहीत धरल्यामुळे बेंद्र्यांनी पुढील विधान केले आहे. : "शिवाजी महाराजांच्या मृत्यूपूर्वी झालेल्या राजाराम महाराजांच्या मौंजीबंधन व लग्न सोहळ्यात संभाजीराजांना मोगली स्वारीत अडकल्या कारणाने हजर राहता आले नाही."[४] पण वस्तुस्थिती अशी होती की, संभाजीराजांचा पित्यावरील राग निवळला असला तरी रायगडावरील सोयराबाई व प्रधान यांच्यावरील त्यांचा राग गेलेला नव्हता. पुढे राज्यावर आल्यावर दिलेल्या संस्कृत दानपत्रातही ते सोयराबाईचा उल्लेख 'सवतीचे पोर म्हणून आपणावर रागवलेली राणी' असाच करतात.[५] (२७ ऑगस्ट १६८० : या वेळी सोयराबाई जिवंत होती.) सारांश, संभाजीराजांशी दिलजमाई करून त्यांना बरोबर न घेताच शिवाजी महाराज पुढे रायगडावर निघून गेले. नंतर त्यांनी गडावर राजाराम महाराजांचा मौंजीबंधन व लग्नसोहळा उरकून घेतला - (१५ मार्च १६८०). यावरून 'शिवाजी महाराजांना संभाजीला सोयराबाईपासून दूर ठेवावयाचे होते असे दिसते' असा डॉ. कमल गोखले यांनी निष्कर्ष काढला आहे, तो सयुक्तिकच आहे.[६]

शिवाजी महाराजांचा स्वर्गवास

यानंतर अवघ्या तीन आठवड्यांच्या आत शिवाजी महाराज अल्पशा आजाराने स्वर्गवासी झाले - (३ एप्रिल १६८०). संभाजीराजांच्या मोगली गोटास मिळण्याच्या घटनेमुळे महाराज मनाने खचले, असे सांगताना प्रा. वसंत कानेटकर म्हणतात : "घरोब्याचे रीतीने करू नये तैसी बोलणी झाली... असे महाराज लिहीत असले तरी इंग्लिश वाक्प्रचार वापरून सांगायचे तर Damage was done! महाराज खचले ते खचलेच. त्यांच्या एप्रिल १६८० मध्ये झालेल्या अकल्पित आणि अकाली निधनाला शंभूराजांचे 'दुर्वर्तन' (म्हणजे गोदावरी प्रकरण नव्हे, तर मोगलांकडे पळून जाणे आणि गृहव्यवस्थेत बेदिली निर्माण करणे) हेच कारण झाले, याबद्दल मला शंका वाटत नाही."[७]

---

४. कित्ता, पृ. १०९
५. छत्रपती संभाजी स्मारक ग्रंथ, परिशिष्ट क्रमांक – ४
६. कित्ता, पृ. १५
७. छत्रपती संभाजी स्मारक ग्रंथ, पृ. ३९६-३९७

स्वराज्याचा वारसदारच आपल्या कट्टर शत्रूस जाऊन मिळाला, या घटनेने महाराजांस मोठा धक्का बसला असेल यात शंका नाही; पण धक्का बसणे वेगळे आणि हाय खाणे वेगळे! शिवाजी हा एक असा पुरुषोत्तम होता, की त्याने अतिशय कठीण प्रसंगीही आपला आत्मविश्वास ढळू दिलेला नाही.

सत्य असे दिसते की, राजाराम महाराजांच्या लग्नानंतर महाराज अकल्पितपणे आजारी पडले व हा आजार अल्पावकाशात विकोपास गेला. इंग्रज आपल्या पत्रात या आजाराचे नाव 'Bloody Flux' (रक्तातिसार) असे देतात.[८] विजय देशमुख यांनी आपल्या शिवचरित्रात महाराजांच्या या आजाराची बरीच चर्चा-चिकित्सा केली आहे. एका समकालीन पोर्तुगीज कागदपत्रात महाराज Intestinal Anthrax या रोगाने मरण पावल्याचे म्हटले आहे.

या रोगाची लक्षणे सांगताना देशमुख लिहितात : "हा रोग संसर्गजन्य असून, सामान्यत: गायी, बकऱ्या, घोडे यांच्यामध्ये आढळतो. अशा जनावरांच्या संसर्गात राहणाऱ्या माणसालाही हा रोग होऊ शकतो... या रोगाचे जंतू अन्नातून पोटात जाऊ शकतात... श्वासावाटे हे रोगजंतू शरीरात गेले तर न्युमोनियासारखी लक्षणे दिसून आठवडाभरातच रोगी दगावतो आणि अन्नाद्वारे हे जंतू पोटात गेले तर हळूहळू आतड्यांवर हे जंतू परिणाम करतात व अखेर रक्ताची हगवण सुरू होऊन रोगी दगावतो... हा रोग निदान करण्यास कठीण आहे. वरकरणी लक्षणे मात्र विषप्रयोग झाल्यासारखी दिसतात."[९]

इंग्रज पत्रातील 'Bloody Flux'चा उल्लेख व पोर्तुगीज कागदातील Intestinal Anthrax चा उल्लेख लक्षणांनी एकमेकास पूरक आहेत. आजसुद्धा केवळ सुसज्ज प्रयोगशाळेतच या रोगाचे निदान होऊ शकते. रायगडावर त्या काळी हे रोगनिदान होणेच शक्य नव्हते. परिणामी, महाराज अकाली निजधामास गेले!

महाराजांच्या आजाराची विषप्रयोगसारखी लक्षणे व त्यांचा अकल्पित अंत यामुळे त्यांच्यावर विषप्रयोगच झाला असावा, असा समज तत्कालीन लोकांचा झाला असला पाहिजे. हा विषप्रयोग राणी सोयराबाईनेच केला असला पाहिजे, अशाही कंड्या त्यामुळेच पसरल्या असाव्यात. नामांकित पुरुषाच्या अकल्पित मृत्यूनंतर अशा प्रकारच्या अफवा नेहमीच पसरतात, हा आपला अलीकडच्या इतिहासातील अनुभव आहे.[१०] तेव्हा सोयराबाईवरील विषप्रयोगाच्या आरोपात काही तथ्य नाही. खुद्द संभाजीराजांवरही हा आरोप केल्याचे अस्सल कागदात नमूद नाही.

---

८. English Records on Shivaji, Vol. II, pg. 311

९. शककर्ते शिवराय, खं. २, पृ. ९७५-९७६

१०. उदाहरणार्थ - नेताजी सुभाषचंद्र बोस, लालबहादूरशास्त्री आदींचे मृत्यू

रायगडावरील सोयराबाई व प्रधान यांचे कारस्थान

शिवाजी महाराजांनी आपल्या मृत्यूपूर्वी आपल्या राज्याची भावी व्यवस्था करून ठेवली होती, असे वाटत नाही. तथापि, शेजवलकरांनी असा तर्क केला की, राज्याच्या व सोयराबाई-राजाराम यांच्या हिताच्या दृष्टीने महाराजांनी महाराष्ट्राचे राज्य प्रधानांच्या हाती सोपवून कर्नाटक राज्यावर संभाजीराजाला पाठविण्याचा बेत केला असावा व त्यासाठी त्यांनी मृत्यूपूर्व 'एक अधिकृत कागद' प्रधानांसाठी मागे ठेवला असावा.[११]

अशा प्रकारच्या कागदास एकमेव आधार आहे रायरी बखरीतील (९१ कलमी बखरीचे फॉरेस्टने केलेले इंग्रजी भाषांतर) एक कलम. मूळ मराठीतील ९१ कलमी बखरीतील हे ८९वे कलम असून, ते असे आहे : "...राजे स्वामीस वेथा नवज्वर जाला... शके १६०२ रौद्र नाम संवत्सरे चैत्री पौर्णिमा दो प्रहरा राजे स्वामीस कैलासवास जाला... अंतकालसमई मोरोपंत पेशवे व अनाजी दत्तो सुरनिवीस व प्रभु चिटनिवीस होते. तहपत्रे देऊन सावधपणे देह ठेविला."[१२]

मुळात या बखरीतील अनेक कलमे नंतर घुसडण्यात आलेली आहेत. अनेक कलमे तर काल्पनिकच आहेत. हा या बखरीचा वैगुण्याचा भाग सोडला व इथे आधारास घेतलेल्या कलमापुरता जरी विचार केला तरी त्यात सत्यांश फार कमी दिसतो; कारण ज्या मोरोपंत व अनाजी दत्तो यांना तहपत्रे देऊन राजांनी देह ठेवला असे म्हटले आहे ते दोघेही प्रधान या वेळी रायगडावरच नव्हते!

तेव्हा अशा संशयास्पद पुराव्यावर शेजवलकरांचा तर्क आधारित आहे. आपल्या मतपुष्ट्यर्थ शेजवलकरांनी आणखी एक मुद्दा पुढे आणला आहे :

"राजारामाचे मंचकारोहण घडवून आणण्याचा धीर त्यांना शिवाजीच्या स्वदस्तुराच्या कागदामुळेच येणे शक्य होते; त्यांच्या वैयक्तिक इच्छेने किंवा हर्षामर्षाचे ते फलित नव्हते. ते स्वामिनिष्ठ होते व शिवाजीची आज्ञा अमलात आणण्याचा त्यांनी यथाशक्य प्रयत्न केला. तो तडीस जाऊ शकला नाही हे वैयक्तिक त्यांचे व महाराष्ट्राचे दुर्दैव!"[१३]

संभाजीराजाचा हक्क डावलून राजारामास गादीवर आणण्याचे धाडस प्रधानांना महाराजांच्या स्वदस्तुराच्या कागदाशिवाय झाले नसते, हे म्हणणे युक्त दिसत नाही; कारण याच प्रधानांनी पुढे संभाजीराजास विषप्रयोग करून ठार मारण्याचेही धाडस केले आहे! की अशा धाडसासाठीही महाराजांचा अधिकृत कागद प्रधानांजवळ

---

११. श्रीशिवछत्रपती, पृ. १५४-१५५

१२. श्रीशिवछत्रपतींची ९१ कलमी बखर, पृ. ५५-५६

१३. श्रीशिवछत्रपती, पृ. १५४

होता? तेव्हा अशा धाडसासाठी कोणाच्या अधिकृत कागदाची आवश्यकता नसते. संभाजीराजा हा शिवाजी महाराजांनंतर गादीवर येण्यास सर्वस्वी लायक नव्हता; तो गादीवर आला हेच महाराष्ट्राचे दुर्दैव, असा दृष्टिकोन मुळातच स्वीकारल्यामुळे शेजवलकरांचे संभाजीविषयक प्रतिपादन असे एकांगी व पूर्वग्रहदूषित झाले आहे. संभाजीराजाची म्हणून काही बाजू असू शकेल, हे त्यांनी विचारातच घेतलेले नाही.

वस्तुत: आपले मरण इतक्या जवळ आले आहे, याची जाणीव शिवाजी महाराजांना या आजारात आली असणेच शक्य नाही. त्यांचे वय ५० आहे. आजारी पडले त्या वेळी आजार इतका विकोपास जाईल, असे त्यांनाही वाटले नसावे. पुढे पुढे तर बेशुद्धावस्थेत असावेत. अशा परिस्थितीत राज्याची भावी व्यवस्था त्यांनी करून ठेवण्यास काही अवसर मिळाला असेल, असे वाटत नाही. क्षणभर असे गृहीत धरले की, मृत्यूपूर्वी त्यांनी असा काही अधिकृत कागद प्रधानांसाठी तयार केला होता तर मग त्याचा अर्थ खुद्द महाराजांनी आपल्या माघारी राज्यांतर्गत यादवीचे बीजच तयार करून ठेवले होते, असा होतो; कारण अशा प्रकारच्या व्यवस्थेस दाद न देता संभाजीराजा सर्व राज्यच आपल्याकडे घेण्याचा शर्थीचा प्रयत्न करणार, हा अंदाज महाराज बांधू शकत नव्हते काय?

महाराजांच्या मृत्यूच्या वेळी आण्णाजी दत्तो व मोरोपंत पेशवे हे मुख्य प्रधान रायगडावर नसले तरी ते लवकरच गडावर हजर झाले. आण्णाजी दत्तो प्रथम आला व त्याने पुढे होऊन राजाराम महाराजांचे मंचकारोहण घडवून आणले. एवढ्यात मोहिमेवर असलेला मोरोपंत पेशवेही आला. त्या दोघांनी सोयराबाईशी मसलत करून संभाजीराजास कैद करण्याची योजना आखली, असे जेधे शकावलीमधील नोंदीवरून दिसते.

ती नोंद अशी : ''वैशाख शुध ३ त्रितीयेस राजारामास अनाजीपंत सुरणीस यांनी मंचकी बैसविले. संभाजी राजे यास कैद करू यैसा तह करून मोरोपंत व आपण पनालियावर चालोन गेले.''[१४] बेंद्र्यांचे प्रतिपादन असे की, या सर्व मसलतीच्या मुळाशी आण्णाजी दत्तोच मुख्य आहे; त्यानेच आपल्या कटात मोरोपंत व सोयराबाई यांना ओढले; रायगडावर आण्णाजीचा पक्ष बळकट झाल्याने मोरोपंत दुर्बलावस्थेत सापडून त्याची मती कुंठित झाली; तसेच सोयराबाईस तिच्यावर आलेल्या विषप्रयोगाच्या आळाची भीती दाखवून व आपल्या पुत्राच्या भावी राजवैभवाचे आमिष दाखवून कटात गोविले; कारण तिचा या प्रकरणात पुढाकार असता तर तिने आपला भाऊ हंबीरराव मोहिते यास सामील करून घेतले असते.[१५] बेंद्र्यांच्या या प्रतिपादनाचा

---

१४. शिवचरित्र प्रदीप, पृ. ३०

१५. छत्रपती संभाजी स्मारक ग्रंथ, पृ. २५-२६

मुख्य आधार अनुपुराण हे साधन आहे.

पण एकट्या आण्णाजीची ही मसलत होती असे वाटत नाही. तसे त्यास एकट्याने धाडस होणे शक्य नव्हते. सोयराबाईची आपल्या पुत्रासंबंधीची राज्यलालसा यापूर्वीच सिद्ध झाली होती आणि म्हणून तिने याबाबतीत पुढाकार घेणेही स्वाभाविक होते. मोरोपंत, राहुजी सोमनाथ, प्रल्हाद निराजी, बाळाजी आवजी इत्यादी रायगडावरील राजकारणी मंडळी कमी-अधिक प्रमाणात संभाजीराजांच्या विरोधातच होती. अनुपुराणकर्ता तर या प्रकरणी 'मयुरादि कुमंत्री' म्हणून मोरोपंताचाच अनेक प्रसंगी उल्लेख करतो. हंबीररावाचा सल्ला न घेता आपल्या पुत्रास मंचकारोहण करणे, ही सोयराबाईची राजकारणातील अपरिपक्वता आहे. अशी अपरिपक्वता तिने व तिच्या पक्षातील मंडळींनी इथून पुढेही दाखविली आहे.

सत्तांतराच्या प्रश्नात लष्कर हा महत्त्वाचाच नव्हे तर अनेक वेळा निर्णायक घटक असतो. जगाच्या इतिहासात याचे अनेक दाखले आहेत. आजही जगाच्या पाठीवर ज्या अनेक राज्यक्रांती होतात, त्यामध्ये लष्कराची भूमिका निर्णायक असते, असे दिसून येते. या प्रसंगी सरसेनापती हंबीरराव मोहिते याचा निर्णय असाच महत्त्वाचा ठरणार होता. संभाजीराजास याची चांगली जाण असल्याने त्यांनी हंबीररावाशी त्वरित संपर्क साधला आणि त्याला आपल्या बाजूस वळविण्यात ते यशस्वी झाले. मराठी राज्याच्या लष्कराने ज्येष्ठ पुत्र संभाजीराजे यांच्या बाजूने जेव्हा डौल दिला तेव्हाच संभाजीराजांनी अर्धी लढाई जिंकली होती. राज्यातील इतर ठिकाणांचेही अंमलदार आता पन्हाळ्यावर संभाजीराजास भेटून जाऊ लागले.

शिवाजी महाराजांच्या मृत्यूपूर्वी चार-पाच वर्षे स्वराज्यात, विशेषत: रायगडावर, जो गृहकलह चालू होता, त्याची काहीच कल्पना हंबीरराव मोहित्यास नव्हती असे नाही. महाराजांच्या निधनाची वार्ता समजताच संभाजीराजांची बाजू न्यायाची आहे, असे वाटून त्याने त्यांना मिळण्याचा विचार यापूर्वीच करून ठेवला असणार; पण रायगडावरील प्रधानांना त्याने आपल्या मनाचा काही थांगपत्ता लागू दिला नाही. त्यामुळे संभाजीराजांना कैद करण्यासाठी रायगडाहून पन्हाळ्यावर चालून जात असता मार्गात त्यांनी मोठ्या आशेने सेनापतीची भेट घेतली; पण शेवटी मुत्सद्दी प्रधान चकले व हंबीररावाचे कैदी बनून पागोट्यात हात बांधून पन्हाळगडावर संभाजीराजासमोर त्यांना अपराधी म्हणून हजर व्हावे लागले! प्रधानांची मसलत फसल्याचे पाहताच रायगडावरील किल्लेदारादी अधिकाऱ्यांनी तेथील फितुरांना कैद करून संभाजीराजांकडे कौल (अभय) मागितला. तेव्हा रायगडावरील बंदोबस्तासाठी राजांनी आपले सासरे पिलाजी शिर्के यांना त्यांच्याबरोबर पाच हजाराचे सैन्य देऊन तिकडे पाठविले.

संभाजी महाराज छत्रपती बनतात

पन्हाळगडावर संभाजीराजांच्या समोर उभ्या केलेल्या राजद्रोही प्रधानांना देहदंडाच्या शिक्षा दिल्या गेल्या असत्या तरी बखरींनी वर्णन केलेल्या राजाच्या 'उग्र व क्रूर' प्रकृतीस ते साजेसेच झाले असते; पण संभाजीराजांनी अशा शिक्षा न करता त्यांना फक्त कारागृहात घातले. राजधानीवर जाऊन लगेच राज्याभिषेक करण्याचा उतावळेपणा त्यांनी केलेला नाही. पुढे १८ जून १६८० रोजी ते या राजबंद्यांसह रायगडावर आले.

संभाजीराजे रायगडावर

बखरकार मल्हार रामराव चिटणिसास या घटनांची वार्ताही नाही! त्याने संभाजीराजे पन्हाळ्याहून लगेच रायगडी आले आणि त्यांनी अनेकांचे शिरच्छेद, कडेलोट इ. क्रूर कृत्ये करून सावत्र आईस भिंतीत चिणून मारले, अशी अतिरंजित वर्णने केली आहेत. चिटणिसाची ही वर्णने कशी असत्य व काल्पनिक आहेत, हे पुराव्यांनिशी सिद्ध करून बेंद्र्यांनी मराठ्यांच्या इतिहास संशोधन क्षेत्रात मोठी मोलाची कामगिरी केली आहे, हे नमूद केले पाहिजे. शिवाजी महाराजांच्या मृत्यूनंतर सोयराबाई पुढे दीड वर्षे जिवंत होती, हा सत्येतिहास त्यांच्या संशोधनामुळे प्रकाशात आल्याने बखरकारांच्या व त्यांच्या पठडीतील इतिहासकारांच्या विवेचनामधील हवाच काढून टाकली गेली!

रायगडावर येताच संभाजीराजांनी सोयराबाई व आपल्या इतर तीन माता यांचे सांत्वन केल्याचे अनुपुराण सांगते; तर इंग्रज बातमीपत्रात प्रधानांच्या घरी चौक्या बसविल्या असल्या तरी त्यांना कोणत्याही प्रकारचा त्रास दिला जात नाही, तसेच राजाराम महाराजांस फार प्रेमाने वागविले जाते, अशी बातमी आलेली आहे :. ... his younger brother he used with all kindness and continues as yet so to do' - (१२ जुलै १६८०)[१]-

---

१. छत्रपती संभाजी स्मारक ग्रंथ, पृ. २९-३०

संभाजीराजांनी या वेळी आपले मन शांत ठेवून अपराधी प्रधान व सावत्र माता यांना जी वागणूक दिली आहे ती आश्चर्य वाटण्याइतकी सौम्य व सौजन्यशील आहे!

पुढे १६ जानेवारी १६८१ रोजी संभाजी महाराजांनी आपला राज्याभिषेक करून घेतला; पण तत्पूर्वी त्यांनी एक विधायक पाऊल उचलले. झाले गेले सर्व विसरून त्यांनी कैदेत असणाऱ्या सर्व प्रधानांना व अधिकाऱ्यांना मुक्त करून त्यांना सन्मानाने पूर्ववत अधिकारांच्या जागांवर नेमले. मोरोपंत पेशवे कैदेत असतानाच निवर्तले होते; पण त्यांच्या पुत्रास-निळोपंतास पेशवाई दिली गेली. आण्णाजी दत्तोस सन्मानपूर्वक अमात्यपद बहाल केले गेले! आण्णाजीचे पूर्वीचे सचिवपद यापूर्वीच संभाजी महाराजांनी रामचंद्र पंडितास दिल्याने त्यास अमात्यपदावर विराजमान केले गेले. प्रल्हाद निराजीस न्यायाधीश पद दिले. बाळाजी आवजीकडे राज्याची चिटणीशी पूर्ववत चालू ठेवली. संभाजी महाराजांनी या वेळी दाखविलेली क्षमाशीलता, औदार्य, मनाचा मोठेपणा इत्यादींना इतिहासात तोड नाही. संभाजी महाराजांच्या चरित्रामधील ह्या त्यांच्या मनाच्या मोठेपणाकडे टीकाकार सोयीस्कर दुर्लक्ष करतात आणि त्यांना 'शिवाजीने कष्टाने पैदा केलेल्या माणसांची अंत:करणे वश करता आली नाहीत'[२] म्हणून त्यांच्यावरच ठपका ठेवतात, ही मोठी आश्चर्याची गोष्ट आहे!

संभाजीराजांविरुद्ध दोन कट

राज्याभिषेकाच्या वेळी प्रधानांच्या झालेल्या नेमणुका पाहून सर्वांना वाटले की, स्वराज्यात उठलेले दुहीचे व यादवीचे वादळ शांत झाले. संभाजी महाराजांचा कारभार निर्विघ्न चालण्यास हरकत नव्हती. तथापि, राज्याभिषेकानंतर अवघ्या सहा-सात महिन्यांत जुलै-ऑगस्टच्या दरम्यान राजांविरुद्ध दोन कट लागोपाठ झाले. पहिला कट झाला राजास विष घालून ठार मारण्याचा; तर दुसरा कट झाला शहाजादा अकबराचे सहकार्य घेऊन राजास पदच्युत करण्याचा!

३० ऑगस्ट १६८१ रोजी मुंबईकर इंग्रज लिहितात : "संभाजीराजा प्राणावरील मोठ्या संकटात सापडला होता. त्याच्या जेवणातील मत्स्यान्नाचे पोटी घातलेल्या विषाने तो मरायचाच; परंतु अल्पवयी नोकराने त्याला ते सेवण्यापासून थांबविले. तेव्हा त्यातील थोडा भाग नोकरांपैकी एकाला व कुत्र्याला घातला. दोघेही थोडाच तासांत मेले. संभाजीराजांविरुद्ध हा कट ज्यांनी केला त्यात आण्णाजी पंडित, केसो पंडित, प्रल्हाद पंडित वगैरे होते. त्या सर्वांना शृंखला ठोकविल्या आहेत."[३]

---

२. मराठी रियासत : उग्रप्रकृती संभाजी, पृ. ३०
३. छत्रपती संभाजी महाराजांचे विचिकित्सक चरित्र, पृ. १५१-१५२

पुढे याच कटाच्या संदर्भात ८सप्टेंबर रोजी ते लिहितात "संभाजीराजाविरुद्ध केलेल्या कटात आण्णाजी पंडित, रामराजाची आई (सोयराबाई), हिरोजी फर्जंद होते. त्यात त्यांनी सुलतान अकबरालाही गोवण्याचा प्रयत्न केला होता; परंतु तो त्यांस बधला नाही. उलट त्याने एक गुप्त दूत पाठवून संभाजीराजाला ताबडतोब माहिती दिली. त्यामुळे राजाची त्याचेवर फार मोठी मर्जी बसली."[४]

जेधे शकावलीतही या कटाचा पडसाद उमटला आहे. शकावली म्हणते : "भाद्रपद मासी (ऑगस्ट १६८१) संभाजी राजे याणी कवि कलशाच्या बोले मागती आणाजी दत्तो व सचीव याजवर इतराजी करून मार दिल्हा. त्या माराने राजश्री आनाजी पंत व बाळ प्रभु व सोमाजी दत्तो व हिराजी फर्जंद परळीखाले कैद करून मारिले. कर्नाटकात शामजी नाईक यास कैईद करविले."[५]

दोन्ही कट एकाच वेळी शिजले असावेत; आणि एकामागून एक याप्रमाणे उघडकीस आले असावेत. या कटात राणी सोयराबाई, आण्णाजी दत्तो, सोमाजी दत्तो, बाळाजी आवजी, हिरोजी फर्जंद अशी २५/३० माणसे गोवली गेली होती. त्यांना पकडून संभाजी महाराजांनी देहान्ताची शिक्षा दिली. सोयराबाईने आपली बेअदबी टाळण्यासाठी विष प्राशन करून आत्महत्या केली असावी. सोयराबाईच्या मृत्यूने शिवाजी महाराजांच्या काळापासून सुरू असलेल्या गृहकलहाच्या नाट्यावर अखेरचा पडदा पडला! गृहकलहाच्या आगीत राणीची व तिच्या पक्षपाती प्रधानांची त्यांच्याच कृष्णकृत्यांनी आहुती दिली गेली!

स. १६८१च्या ऑगस्ट महिन्यात राजद्रोह्यांना दिलेल्या शिक्षा बखरकारांनी स. १६८०मध्ये संभाजी महाराज पन्हाळगडाहून रायगडावर आल्या आल्या केल्या, अशी कथेची एकूण रचना केल्यामुळे संभाजी महाराजांची क्रूर प्रतिमा तयार करणे त्यांना सोपे गेले; पण त्यामुळे मराठ्यांच्या अनेक इतिहासकारांची फसगत झाली.

संभाजी महाराजांनी राजद्रोह्यांना केलेल्या शिक्षा क्रूर वाटत असल्या तरी त्या मध्ययुगीनच नव्हे तर आधुनिक युगातील राजनीतीत बसणाऱ्या आहेत. राजाला पदच्युत करण्याची किंवा ठार मारण्याची तीन कारस्थाने लागोपाठ करणाऱ्या राजद्रोह्यांना अशा शिक्षा का केल्या, असे जगातील कोणतेही राजनीतिशास्त्र विचारू शकणार नाही. उलट राजनीतिशास्त्राचा अभ्यासक अशा राजद्रोह्यांना प्रथमच राजाने क्षमा करून अधिकारावर पूर्ववत स्थापायला नको होते, असेही प्रतिपादन करू शकेल. आणि त्याचे म्हणणे एका अर्थाने बरोबरही ठरेल. मराठी राजाने त्याच्या प्रधानांना क्षमा केली होती; पण प्रधानांनी राजास क्षमा केली नव्हती, हेच खरे!

---

४. कित्ता, पृ. १५२

५. शिवचरित्र प्रदीप, पृ. ३१

कटवाल्यातील एक प्रमुख हिरोजी फर्जंद याजवर संभाजी महाराजांनी विश्वास टाकून आपल्या राज्यात आश्रयास आलेल्या अकबराकडे वकील म्हणून पाठविले होते.[६] पण वकील म्हणून आलेल्या हिरोजीनेच राजाविरुद्धच्या कारस्थानात अकबरास ओढण्याचा प्रयत्न करावा, हे मराठी राज्याचे केवढे दुर्दैव!

रियासतकार सरदेसाईंनी या कटवाल्या मंडळींची बाजू मांडताना म्हटले आहे : ''हिरोजी फर्जंद शहाजाद्याची भेट घेऊन रायगडास परत गेला, तेव्हा त्याची खात्री झाली की संधी मोठी नामी आलेली आहे; परंतु तिचा उपयोग करण्याचे कसब संभाजीस नाही. व्यसनी व लहरी राजाचे हातून राष्ट्रसंरक्षण होणे शक्य नाही, अशी रायगडावरील पुष्कळ जाणत्या मंडळींची भावना झाली होती. हिरोजी परत रायगडावर गेल्यानंतर सोयराबाई, आनाजीपंत वगैरे मंडळींशी त्याचा विचारविनिमय झाला असला पाहिजे. पहिल्या एक-दोन महिन्यांत संभाजी व अकबर दोघेही आपापल्या कुचंबणेच्या स्थितीत असता रायगडावर एक गुप्त कट करण्यात आला. त्याचा उद्देश संभाजीस काढून राजारामास गादीवर बसवावे असा होता. हा कट कदाचित शहाजाद्याचे कानावर गेला असेल, कदाचित त्याची संमतीही घेण्यात आली असेल; परंतु त्यानेच त्याची बातमी संभाजीचे कानावर घालून सावध केले असे उल्लेख आढळतात.''[७]

रियासतकारांच्या लिखाणाचा रोख असा आहे की, अकबराच्या रूपाने चालून आलेल्या संधीचा फायदा घेण्याचे कसब संभाजी महाराजांच्या अंगी नाही, याची खात्री झाल्यावर त्यास पदच्युत करण्याचा कट रायगडावरील 'जाणत्या मंडळींनी' केला. अकबर स्वराज्याच्या सीमेवर त्र्यंबकेश्वर येथे ११ मे १६८१ रोजी पोहोचला. नंतर मे अखेर उत्तर कोकणातील पाली येथे मुक्कामास आला. हिरोजी फर्जंद १५ जूनला त्याला संभाजीराजाचा वकील म्हणून भेटला. तोपर्यंत शहाजादा कसा आहे, त्याचे दक्षिणेत येण्याचे प्रयोजन खरे की खोटे याची हिरोजीसही कल्पना नव्हती. या वेळी संभाजीराजे पन्हाळ्यावर आहेत त्यांनाही ही कल्पना असणे शक्य नव्हते. अशा परिस्थितीत केवळ १५ दिवसांच्या अवधीत संभाजीराजा शहाजाद्याच्या रूपाने चालून आलेल्या 'नामी संधीचा' कसा काय उपयोग करून घेणार होता, हे रियासतकार सांगत नाहीत.

संभाजी महाराज रायगडावर आल्यापासून (जून १६८०) ते हे कट होईपर्यंत (ऑगस्ट १६८१) त्यांच्या 'व्यसनी आणि लहरी' वर्तनाचा एकही दाखला उपलब्ध इतिहासात दाखवता येत नाही. अशा परिस्थितीत स्वराज्याचा गाडा व्यवस्थित चालू

---

६. शिवपुत्र संभाजी, पृ. ९८

७. मराठी रियासत : उग्रप्रकृति संभाजी, पृ. २१-३०

असता त्यास खीळ घालणारी रायगडावरील माणसे 'जाणती मंडळी' कशी काय होऊ शकतात?

या संदर्भात सेतुमाधवराव पगडींनी वस्तुनिष्ठ मत दिले आहे. ते म्हणतात : "महाराष्ट्राच्या सुदैवाने संभाजीराजे या तिन्ही कारस्थानांतून सुखरूपपणे पार पडले. औरंगजेबाच्या रूपाने स्वराज्यावर भयंकर संकट कोसळू पाहत असता आण्णाजी दत्तो, हिरोजी फर्जंद, बाळाजी आवजी इत्यादी शिवाजी महाराजांच्या काळच्या कसलेल्या मुत्सद्यांनी अकबराची मदत घेऊन संभाजीला गादीवरून काढून टाकण्याचे कारस्थान करावे ही अत्यंत दुर्दैवाची घटना होय. हे कृत्य राष्ट्रद्रोहीच म्हटले पाहिजे. हे कारस्थान यशस्वी झाले असते तर हिंदवी स्वराज्याचा ग्रंथच आटोपला असता."[८]

बादशहा औरंगजेबाच्या स्वारीचे स्वराज्यावर संकट

शिवाजी महाराजांचा मृत्यू होऊन संभाजी महाराज राज्याचे अधिकारी होण्याच्या दरम्यान उत्तर हिंदुस्थानात बऱ्याच राजकीय उलाढाली चालू होत्या. औरंगजेब बादशहाचे राजपुतांशी युद्ध सुरू होऊन त्यामध्ये त्याचा आवडता पुत्र शहाजादा अकबर यानेच राजपुतांची बाजू घेतल्याने युद्धाचा रंगच पालटला होता. अकबराने रजपुतांच्या साहाय्याने स्वत:ला बादशहा म्हणून जाहीर करून औरंगजेबाशी उघडउघड शत्रुत्व स्वीकारलेले होते (१जाने. १६८१). तथापि, औरंगजेबाच्या कपटनीतीसमोर त्याची हार होऊन त्याला आपला जीव वाचविण्यासाठी आपला सहकारी दुर्गादास राठोड (मारवाडचा दिवाण) याच्यासह दक्षिणेचा रस्ता धरावा लागला होता.

हिंदुस्थानात लहान-मोठ्या अनेक सत्ता होत्या. दक्षिणेत आदिलशाही, कुतुबशाही ही मोठी राज्ये होती; पण या सर्वांमध्ये कोणासही बादशहा औरंगजेबाच्या सामर्थ्यास आव्हान देण्याचे सामर्थ्य नव्हते. असे सामर्थ्य होते फक्त मराठी राज्यात – मराठी राजाजवळ. अशी आव्हाने देत देतच शिवाजी महाराजांनी आपल्या सत्तेची उभारणी केली होती. त्या शिवाजीराजाचा पुत्र संभाजीराजा हाच केवळ आपणास आश्रय देऊ शकेल, अन्य कोणी नाही, अशी अकबराची व दुर्गादासाची भावना झाल्यास नवल नव्हते.

मोगल साम्राज्यास अखिल हिंदुस्थानात सर्वांत मोठा धोका मराठ्यांपासूनच होता. याचे कारण मराठी सत्तेचे लष्करी सामर्थ्य फार मोठे होते असे नाही; पण काही विशिष्ट तत्त्वप्रणालींवर, काही विशिष्ट अधिष्ठानांवर, शिवाजी महाराजांनी या सत्तेची उभारणी केली होती व ही तत्त्वप्रणालीच या सत्तेचे खरे सामर्थ्य होते. हे सामर्थ्य बादशहा ओळखून असल्यामुळे आदिलशाही-कुतुबशाहीपेक्षा मराठी सत्तेने त्याला बेचैन केलेले होते. अशा परिस्थितीत आपला एक बंडखोर पुत्र स्वत:ला

---

८. हिंदवी स्वराज्य आणि मोगल, पृ. २७

बादशहा म्हणून जाहीर करून मराठ्यांच्या आश्रयास जावा, ही बाब साम्राज्याच्या व वैयक्तिक त्याच्या हिताच्या दृष्टीने मोठी गंभीर धोक्याची होती. म्हणूनच त्याने प्रथम आपला दुसरा पुत्र शहाजादा आज्जम यास अकबराच्या पाठलागावर तातडीने ससैन्य रवाना केले आणि एकट्या आज्जमच्या हातून हे कार्य पार पडणार नाही, हे जाणून तो स्वत: अफाट फौजफाट्यासह दक्षिणेच्या मोहिमेवर अजमेरहून निघाला- (८ सप्टें. १६८१). ११ नोव्हेंबरास आज्जम औरंगाबादेस पोहोचला तर त्याच्या मागून येणारा बादशहा दोनच दिवसांनी नर्मदेच्या काठावरील बुऱ्हाणपुरास पोहोचला - (१३ नोव्हेंबर). इकडे कोकणात त्याच दिवशी संभाजी महाराज व शहाजादा अकबर यांची पहिली भेट झाली!

शिवाजी महाराजांच्या मृत्यूच्या वेळी मराठ्यांचे मोगलांशी युद्ध चालूच होते. संभाजी महाराज राज्यावर आल्यावर त्यांनीही हा संघर्ष चालूच ठेवला होता. जानेवारी १६८१मध्ये खुद्द संभाजी महाराजांनी मोगलांच्या बुऱ्हाणपुरावर स्वारी करून ते लुटून फस्त केले होते. अशा उद्‌ध्वस्त बुऱ्हाणपुरावर पोचल्यावर बादशहाची मन:स्थिती कशी झाली असेल, हे मासिरे आलमगिरीतील साकी मुस्तैदखानाच्या एका नोंदीवरून सूचित होते : तो लिहितो, "बादशहा शाहा अब्दुल लतीफच्या समाधीपाशी हजर झाला. इस्लामाच्या शत्रूंचा नाश करण्यात आपल्याला साहाय्य मिळावे म्हणून त्याने समाधीपाशी करुणा भाकली."[९]

औरंगजेब म्हणजे कोणी सामान्य शत्रू नव्हता. काबूलपासून बंगालपर्यंत व काश्मिरपासून दक्षिणेत भीमानदीपर्यंत त्याचे अफाट साम्राज्य पसरले होते. त्याच्या साम्राज्याचा फक्त जमीन महसूलच ३३ कोटी २५ लाख होता.[१०] मराठ्यांचे सगळे राज्यच मुळी त्याच्या एका सुभ्याएवढेसुद्धा नव्हते. त्याच्या लष्कराची संख्या ॲबे कॅरे या प्रवाशाने 'तीन लाख घोडेस्वार व चार लाख पायदळ' अशी दिली आहे. खुद्द बादशहाच्या छावणीत साठ हजार घोडेस्वार, एक लाख पायदळ, पन्नास हजार उंट व तीन हजार हत्ती असल्याची तो एके ठिकाणी नोंद करतो.[११]

याउलट पगडींनी असा अंदाज बांधला आहे की, मराठ्यांचे सर्व मिळून सैन्यबल तीस चाळीस हजारांवर होते असे वाटत नाही.[१२] मोगलांच्या लष्करात फक्त उमराव मनसबदार यांचीच संख्या साडेचौदा हजार होती![१३] बादशहाबरोबर दक्षिणेत त्याचे पुत्र आज्जम, मुअज्जम, कामबक्ष, नातू मुइजुद्दीन, बेदारबख्त,

९. मराठे व औरंगजेब, पृ. २१
१०. History of Aurangazib, Vol. V. pg 406-407
११. हिंदवी स्वराज्य आणि मोगल, पृ. १०
१२. कित्ता, पृ. १३
१३. History of Aurangazib, Vol. V. p. 408

नामांकित सरदार असदखान, जुल्फिकारखान, शहाबुद्दीनखान, रुहुल्लाखान, हसनअलीखान, दाऊदखान, तरबियतखान असा सेनानींचा प्रचंड ताफाच होता.

औरंगजेब बादशहा अशा प्रकारच्या मोठ्या फौजफाट्यासह व अनेक नामांकित सेनानींसह दक्षिणेत उतरला होता. आपल्या बंडखोर पुत्रास शिक्षा करणे व त्याचबरोबर त्यास आश्रय देणाऱ्या मराठी सत्तेस बुडविणे, हे जरी त्याचे प्रधान हेतू असले तरी त्याला आदिलशाही - कुतुबशाहीसह सर्व दक्षिण जिंकून घ्यायची होती. ते मोगलांचे फार वर्षांपासून एक स्वप्न होते. आलमगीर बादशहा आपल्या सामर्थ्याच्या जोरावर ते स्वप्न साकार करणार होता.

तथापि, प्रारंभी तरी त्याने अकबर व मराठी राज्य यांनाच बुडविण्याचा उद्योग हाती घेतला व त्यावरच आपले सारे प्रयत्न व लक्ष केंद्रित केले. त्यासाठी त्याने मराठी राज्याला लागून असणाऱ्या आदिलशाही सुलतानाला, सिद्दी, पोर्तुगीज व इंग्रज या सागरी सत्तांना व कर्नाटकातील नायकांना संभाजी महाराजांविरुद्ध चिथावणी देऊन उठाव करण्यासंबंधी फर्माने पाठविली. आदिलशहाने त्यास दाद दिली नाही; पण सिद्दीस चांगलेच प्रोत्साहन मिळून त्याने मराठी राज्याच्या किनारी प्रदेशावर हल्ले सुरू केले. पोर्तुगिजांनीही स्वार्थापोटी बादशाही सैन्याशी सहकार्य आरंभिले. मराठी राज्यातील वतनदारांनाही बादशाही फर्माने मिळाली होती. काहींना ही मोठी पर्वणी वाटली; तर स्वराज्यनिष्ठ वतनदारांसमोर मोठे संकट उभे राहिले.

◆

छत्रपती संभाजी महाराजांसमोर औरंगजेब किंकर्तव्यमूढ

बादशहा आपल्या फौजफाट्यासह औरंगाबादेस येऊन पोहोचण्यापूर्वीच त्याच्या हुकमाने मोगली फौजांनी मराठी राज्यावर अनेक बाजूंनी चढाई आरंभिली होती. या वर्षाच्या अखेरीस बादशहाने शहाजादा आज्जम, बहादुरखान, चिनकिलीचखान, हसनअलीखान इ. अनेक शूर सरदार मराठ्यांवर पाठविले. मोगलांच्या हालचालींना अधिक वेग यावा यासाठी लवकरच बादशहाने पुढे सरकून २२ मार्च १६८२ रोजी औरंगाबादेत छावणी केली.

मोगल-मराठा संघर्ष

संभाजी महाराजांच्या आठ-नऊ वर्षांच्या एकूण कारकिर्दीतील मोगल-मराठा संघर्षाच्या नोंदी इथे घेता येणे शक्य नाही. आम्ही वानगीदाखल या कालातील संघर्ष किती तीव्र होता, हे सांगण्यासाठी स. १६८२-८३च्या दरम्यान मोगलांनी स्वराज्यावर केलेल्या महत्त्वाच्या मोहिमांच्या नोंदी पुढे देत आहोत.[१]

हसनअली २० हजार घोडदळ व १५ हजार पायदळ अशा मोठ्या फौजेनिशी स्वराज्याच्या उत्तर कोकण प्रदेशात घुसला. त्याने पुढे होऊन कल्याण-भिवंडी जाळली. या वेळी संभाजी महाराज दंड-राजापुरीची सिद्दीवरील मोहीम चालवीत होते. खानाने कल्याण-भिवंडी घेतल्याचे समजताच ते जातीने सैन्य घेऊन त्याच्या समाचारासाठी आले. त्यांचे हल्ले व रसदेची टंचाई यामुळे शेवटी खानाला कोकणातून माघार घ्यावी लागली! (जाने. १६८२).

याच वेळी बादशहाचा दुसरा सरदार बहादुरखान हा मराठी राज्यात घुसला होता. त्याने शिवापूर हे गाव जाळले. यापेक्षा अधिक तो काही साध्य करू शकला नाही.

---

१. हिंदवी स्वराज्य आणि मोगल, पृ. २८-४८

मार्च १६८२मध्ये बादशहाने नाशिक-बागलाण भागातील मराठ्यांचे किल्ले घेण्यासाठी आपल्या फौजा पाठविल्या. नाशिकजवळच्या रामसेज या किल्ल्यास शहाबुद्दीनखान ऊर्फ गाजिउद्दीन फिरोजजंग याने वेढा घातला; पण रामसेजच्या किल्लेदाराने मोठ्या पराक्रमाने प्रतिकार केल्याने शहाबुद्दीनखानाचे काही चालले नाही. त्याला माघारी बोलावून बादशहाने खानजहान बहादुर कोकलताश (बहादुरखान) याला रामसेजवर पाठविले; पण त्याचाही त्या किल्लेदारासमोर इलाज चालला नाही. तो अपेशी झाल्यावर बादशहाने कासिमखान किरमानी हा आपला तिसरा सरदार रामसेजवर पाठविला; पण त्यालाही तो किल्ला घेण्यात यश आले नाही!

दरम्यान, अहमदनगर भागात मराठी फौजा पसरल्या होत्या. त्यांचा बीमोड करण्यासाठी बादशहाने बक्षी रुहुल्लाखान यास रवाना केले होते - (मे १६८२).

दुसऱ्या महिन्यात मराठी राज्य व आदिलशाही राज्य यांच्या सीमेवर छावणी करण्यासाठी शहाजादा आज्जम याची नेमणूक केली गेली होती. आदिलशहाकडून मराठी राज्याकडे काही मदत येऊ नये, म्हणून बादशहाने ही योजना आखली होती. सीमेवरील आपल्या तळावरून शहाजादा मराठी मुलखात मोहिमा काढू लागला, तेव्हा मराठ्यांनी बातमी राखून त्याच्या अनुपस्थितीत त्याच्या तळावरच हल्ला चढवून मोठी धामधूम माजविली. दरम्यान, अहमदनगर भागात मराठ्यांचा आक्रमणाचा जोर पुन्हा वाढल्याने बादशहाला आपला नातू मुअज्जमचा पुत्र शहाजादा मुइजुद्दीन यास ससैन्य तिकडे पाठवावे लागले होते (सप्टें. १६८२).

नोव्हेंबरात बादशहाच्या हुकमाने रणमस्तखान हा सरदार घाट उतरून कल्याण-भिवंडीच्या प्रदेशात आला. त्याने कल्याणला छावणी केली. तेव्हा त्याच्यावर खुद्द संभाजी महाराजांनी हल्ला चढवून त्याची दाणादाण उडविली. शेवटी बादशहाचा दुसरा सरदार रुहुल्लाखान त्याच्या मदतीस धावला- (जाने. १६८३) आणि त्याने रणमस्तखानाचा बचाव करून त्यास कसेबसे घाटावर आणले. घाट चढीत असता मराठ्यांचा सेनानी रुपाजी भोसले याने मोगली सैन्यावर हल्ला चढविला आणि पद्मसिंग इ. अनेक मोगल अधिकारी व बरेच सैन्य गारद केले - (मार्च-एप्रिल १६८२).

याच सुमारास शहाजादा आज्जम आपली फौज घेऊन कोल्हापूरपर्यंत मराठी मुलखात घुसला. तेव्हा सरसेनापती हंबीरराव मोहित्याने त्याच्यावर प्रतिहल्ला करून त्यास परतवून लावले - (जाने. १६८३)

मोगल सैन्याची कोकण मोहिमेत फजिती

स. १६८३ साली बादशहाने मराठी राज्यावर निकराचे हल्ले सुरू केले. अनेक सरदारांच्या मोहिमा पाठविल्या गेल्या; पण त्यापैकी शहाजादा मुअज्जमची द. कोकणातील मोहीम व शहाबुद्दीनखानाची उ. कोकणातील मोहीम या दोन मोहिमा

फार महत्त्वाच्या होत्या. शहाबुद्दीनखानाने पुण्याच्या बाजूने उत्तर कोकणात उतरून उत्तरेकडून दक्षिणेकडे मुलूख जिंकीत जायचे व शहाजादा मुअज्जमने बेळगावच्या बाजूने द. कोकणात उतरून दक्षिणेकडून उत्तरेकडे मुलूख काबीज करीत जायचे व अशाप्रकारे दोन्ही फौजांनी सर्व कोकण जिंकून घेऊन एकत्र यायचे, अशी बादशहाने भव्य आखणी केली होती. त्याप्रमाणे दोन्ही सेनानींची रवानगी बादशहाने केली - (सप्टें. १६८३).

शहाजाद्याजवळ प्रचंड फौज होती. पोर्तुगीज साधनांमध्ये शहाजाद्याच्या फौजेत ४० हजार घोडदळ, १६ हजार पायदळ, १९०० हत्ती व ६०० उंट इतके सैन्यबळ असल्याची नोंद आहे.[२] अशी प्रचंड फौज घेऊन शहाजादा रामघाट मार्गे द. कोकणात उतरला. तो उतरत असता मराठ्यांनी त्यास प्रतिकार केला. या वेळी संभाजी महाराजांची साष्ट व बारदेश या पोर्तुगीज प्रदेशात स्वारी चालू होती. त्यांना बादशहाच्या कोकणातील दोन्ही मोहिमांची वार्ता समजताच पोर्तुगिजांवरील साष्ट-बारदेश प्रदेशातील मोहीम आटोपती घेऊन ते रायगडाच्या बचावासाठी तिकडे निघून गेले. शहाजाद्याच्या फौजेशी गनिमी काव्याने लढण्याचे काम त्यांनी कवि कलशावर सोपविले.

शहाबुद्दीनखान पुण्याहून कोकणात उतरला; पण तो येण्यापूर्वी संभाजी महाराज रायगडाकडे आल्याने तो कोकणात फारशी हालचाल करू शकला नाही. रायगडाच्या परिसरामधील निजामपूर नावाचे एक खेडे त्याने जाळले (डिसें. १६८३) आणि तो बादशहाकडे परत गेला. बादशहाने त्यास 'गाजिउद्दीनखान बहादुर' ही पदवी दिली![३]

तिकडे द. कोकणातसुद्धा मालवण, वेंगुर्ले, कुडाळ ही मराठी गावे उद्ध्वस्त करण्यापलीकडे शहाजाद्याच्या पदरात काही पडले नाही. तेवढ्यात मोगली फौजेत रसदेची टंचाई सुरू झाली. सुरतेहून अन्नधान्याची रसद घेऊन आलेली जहाजे मराठ्यांनी मधल्यामध्येच लुटून घेतली. त्यामुळे मोगल सैनिक उपाशी मरू लागले. शेवटी माघार घेऊन घाटावर सुरक्षित जाण्याचा निर्णय शहाजाद्याने घेतला. या माघारीत उपासमार, रोगराई व मराठ्यांचे हल्ले यामुळे मोगली फौजेचे अतोनात हाल झाले. हजारो सैनिक व जनावरे मृत्युमुखी पडली.

या मोहिमेत सैनिकांच्या झालेल्या हालअपेष्टांबद्दल खाफीखान लिहितो : ''फौजेत धान्याचा दुष्काळ पडला. महर्गतात इतकी वाढली की, कधीकधी तीनतीन-चारचार रुपये देऊनही एक शेर गव्हाचे पीठ मिळेनासे झाले. फौजेतील माणसांपैकी

---

२. संभाजी स्मारक ग्रंथ, पृ. ८५

३. हिंदवी स्वराज्य आणि मोगल, पृ. ५५-५६

जे मृत्यूच्या दाढेतून वाचले त्यांच्या शरीरात तर अर्धेच प्राण शिल्लक राहिल्याप्रमाणे होते. ते रोड व हैराण झाले होते. प्रत्येक श्वासागणिक त्यांना वाटे की तेवढेच आयुष्य लाभले हीच खैर झाली! एकाही सरदाराच्या तबेल्यात स्वारीयोग्य असा एकही घोडा राहिला नाही. मग बिचाऱ्या शिपायांची काय कथा![४]

अशा प्रकारे फजीत पावून शहाजादा घाटावर जिवानिशी पोहोचला. मार्गात बहादुरखानाने त्याला आवश्यक तो सरंजाम दिला. बादशहास शहाजाद्याच्या मोहिमेची दुर्दशा समजताच त्याने बक्षी रुहुल्लाखान यास याच्या तैनातीत तातडीने रवाना केले. अशा प्रकारे मोठ्या महत्त्वाकांक्षेने बादशहाने मराठी राज्यावर पाठविलेल्या दोन्ही मोहिमा अपेशी ठरल्या!

भीमसेन सक्सेनाची साक्ष

स्वराज्यात घुसणाऱ्या मोगली फौजांना मराठे प्रतिकार करीत होतेच; पण स्वराज्याबाहेर पडून मोगली मुलखात ते कशा प्रकारचा धुमाकूळ घालत होते, याची शेकडो उदाहरणे मोगली इतिहासकार खाफीखान, साकी मुस्तैदखान व भीमसेन सक्सेना यांच्या इतिहास-ग्रंथांत पानापानावर आढळून येतात. वाचकांच्या माहितीसाठी भीमसेन सक्सेनाच्या ग्रंथातील एक उतारा आम्ही पुढे देत आहोत :

"रणमस्तखान ऊर्फ बहादुरखान हा मोहाजेच्या घाटाने कोकणात उतरला. नाशिक प्रांतात मराठे पसरले आहेत, असे कळल्यावरून बहादुरखान हा रामसेजहून नाशिकाकडे आला. मराठे तेथून निघून गेले. नाशिकचा फौजदार महासिंग बहादुरिया याच्याबरोबर आपले बुणगे आणि जड सामान ठेवून बहादुरखान हा मराठ्यांच्या पाठलागावर रवाना झाला."

"मराठे नांदेड भागात पसरले. त्यांचा बीमोड करण्यासाठी शहाजादा मुअज्जम याचा मुलगा शहाजादा मुइजुद्दीन यास बादशहाने तिकडे रवाना केले. बहादुरखानाने शहाजादा मुइजुद्दीन याच्याबरोबर राहावे अशी आज्ञा झाली. बहादुरखानाने आपले बाजारबुणगे नाशकाहून बोलावून घेतले. त्याने औरंगाबादेपासून सोळा कोसांवर गोदावरीच्या काठी रामइ मुक्कामी शहाजादा मुइजुद्दीन याची गाठ घेतली."

"शहाजादा मुइजुद्दीन याने नांदेड येथे काही दिवस मुक्काम केला. नांदेडचा फौजदार रशीदखान ऊर्फ इल्हामुल्लाखान हा होता. तो येऊन शहाजाद्याला भेटला आणि त्याच्याबरोबर तो बीदरपर्यंत गेला. त्या दिवशीच बातमी आली ती ही - बादशहाचे आणि शहाजादा मुअज्जम याचे हत्ती चरण्यासाठी म्हणून पाथरी भागात ठेवण्यात आले होते. त्यांच्यावर मराठ्यांनी हल्ला केला आहे. हे ऐकून बहादुरखानाने

---

४. छत्रपती संभाजी स्मारक ग्रंथ, पृ. ९१

शहाजाद्याला बाजारबुणग्यांसहित बीदरजवळ सोडले. तो निवडक सरंजाम घेऊन निघाला. इतक्यात बातमी आली की, मराठ्यांनी हत्ती हाकलून नेले. बहादुरखान हा त्या वेळी नांदेड जिल्ह्यात लहसूना येथे होता. त्याने नांदेडचा फौजदार रशीदखान याजबरोबर आपले जड समान नांदेडकडे रवाना केले. नंतर त्याने मराठ्यांचा पाठलाग करून हत्ती सोडविले. मराठे पळून गेले. जाता जाता ते काही हत्ती बरोबर घेऊन गेले. बहादुरखानाने सापडलेले हत्ती जिल्ह्याच्या फौजदाराच्या हवाली केले. तो मराठ्यांच्या पाठलागावर निघाला. तुरुकचांदा (नांदेड जिल्ह्याला लागून, आंध्र प्रदेशात) आणि गोवळकोंडा राज्याच्या सरहद्दीजवळ त्याने मराठ्यांना गाठून बाकीचे हत्ती सोडविले. यानंतर बहादुरखानाने बीदरजवळ कमठाण्याच्या तलावाच्या काठी मुक्काम केला. नांदेडहून त्याने बाजारबुणगे मागवून घेतले. या मोहिमेत सैनिकांना अतिशय त्रास झाला. बहादुरखानाचा तंबूही त्याच्याबरोबर नव्हता. जेवण्याखाण्याचेही हाल झाले. मोहिमेत अनेक सैनिक ठिकठिकाणी मागे राहत गेले. ते बऱ्याच दिवसांनी छावणीत आले.[५]

उपरोक्त वृत्तांत लिहिणारा भीमसेन सक्सेना हा बहादुरखानाच्या लष्करात आहे. संभाजी महाराजांच्या काळात मराठे नाशिकपासून गोवळकोंड्यांच्या सरहद्दीपर्यंत कशी धामधूम माजवीत होते, याचे हे एक उत्तम उदाहरण आहे. मराठ्यांची अशा प्रकारची युद्धनीती ही इथून पुढच्या राजाराम-ताराबाई काळातही बदलली नाही, हे ध्यानात घेतले पाहिजे.

औरंगजेब बादशहाचा त्रागा

बादशहाच्या दक्षिणेच्या मोहिमेच्या या प्रारंभीच्या कालखंडात त्यास इच्छित फळ मिळाले नाही. मराठ्यांचे राज्य आपण हां हां म्हणता बुडवू ही त्याची घमेंड संभाजीराजांनी जिरविली. संभाजी महाराजांसमोर त्याची किंकर्तव्यमूढ अशी अवस्था झाली. तो त्रागा करू लागला. त्याच्या या वेळच्या मन:स्थितीचे वर्णन इंग्रजांनी दिले आहे : ''मोगल पातशहा संभाजीराजांविरुद्ध इतका चिडला आहे की त्याने आपली पगडी उतरली आणि शपथ घेतली की, त्याला मारल्याखेरीज किंवा त्याला राज्यातून हाकून लावल्याखेरीज ती परत डोकीवर धारण करणार नाही...'' - जुलै १६८२.[६]

बादशहाच्या वृत्तीची चलबिचल व असहायता पुढे तशीच टिकून राहिली. रियासतकार सरदेसाईंनी त्याचे सुरेख वर्णन केले आहे. :

''कल्याण, औरंगाबाद, चांदा, बेदर, फलटण व खाली रायगड एवढ्या विस्तृत टापूत प्रचंड सामर्थ्य धारण करणाऱ्या बादशहाशी संभाजीने जो एक

---

५. मोगल आणि मराठे, पृ. ८२-८३
६. छ. संभाजी महाराजांचे विचिकित्सक चरित्र, पृ. १९०

वर्षपावेतो विलक्षण सामना केला त्यास इतिहासात थोडीच तोड सापडेल. खेदाची गोष्ट इतकीच की या झगड्याच्या हकिकती कोठेही मराठी कागदांवर नमूद नाहीत... एक गोष्ट खरी की एवढा पराक्रमी बादशहा आपले प्रचंड सामर्थ्य संभाजीवर खर्च करीत असता एका वर्षात त्यास काहीच परिणाम दिसून येईना. उलट अनेक ठिकाणी मराठ्यांनी मोगलांस गाठून त्यांचा फन्ना उडविला. अशा सर्व गोष्टी पाहून औरंगजेबाची खात्री झाली, की संभाजीला जिंकणे वाटले होते तितके सोपे नाही. आपले सैनिक कुचराई करितात असा त्याचा समज होता तो आता साफ खोटा ठरला. अशा पद्धतीने युद्धाचा पार येणार नाही, असे त्यास कळून चुकले आणि काही नवीन मार्ग ठरविण्याकरिता त्याने स. १६८३च्या पावसाळ्यात आपल्या ठिकठिकाणच्या सर्व सेनानींना वाटाघाटीसाठी आपल्याजवळ आणिले; पण नवीन असे तो तरी काय ठरविणार! त्याच्या मनाची स्थिती भ्रमिष्टासारखी झाली. अकबर तर उघड त्याच्याशी लढतच होता. वडीलपुत्र शहाआलम मराठ्यांस मिळून आहे, अशी वार्ता सर्वत्र उठली होती. कोणावर भरवसा ठेवावा आणि कोणावर ठेवू नये, असे त्यास होऊन गेले. मे महिन्यात तर असा काही काळ त्याचा गेला, की स्वत:च्या जीविताचासुद्धा त्यास भरवसा वाटेना. केव्हा मारेकरी येऊन आपला जीव घेतील अशी भीती पडून त्यास चैन पडेना. मराठे म्हणजे केवळ सैतान होत. त्यांच्या या पिशाच्चभूमीतून आपण एकदा कसे तरी निघून जावे, असाही त्याने अल्प काळ निश्चय केला; परंतु मागे दक्षिणेत राहून संभाजीपुढे ठासून उभा राहण्यास कोणी कबूल होईना. वडीलपुत्रास त्याने विनविले, 'तू ही कामगिरी अंगावर घे.' तेव्हा तो म्हणाला, 'अफगाणिस्तानात अमीरखान आहे त्यास इकडे बोलावून माझे हाताखाली द्या म्हणजे मी हे काम पत्करितो.' मिळून न कर्त्याचा वार शनिवार अशी गत झाली. अमीरखानास हालवला तर अफगाणिस्तान हातचा जाणार, अशी विवंचना बादशहास पडली.''७

संभाजीकालात मराठ्यांनी दक्षिणेत कशी विलक्षण धामधूम माजविली होती व मोगलांची नामांकित शहरे कशी उद्ध्वस्त केली होती हे खुद्द बादशहाचा बंडखोर पुत्र अकबर हा आपल्या बापास कसे सुनावतो पाहा :''दक्षिण प्रांतांची अशी दुर्दशा झाली आहे. वास्तविक पाहता हा विस्तीर्ण प्रदेश म्हणजे भू-वरील स्वर्गच होय; आणि बुऱ्हाणपूर म्हणजे विश्वरूपी सुंदरीच्या गालावरील तीळ होय; पण आज ते शहर उद्ध्वस्त होऊन गेले आहे. औरंगाबाद शहर आपल्याच नावाने वसविण्यात आले आहे; पण शत्रुसैन्याच्या (मराठ्यांच्या) आघाताने ते पाऱ्यासारखे अस्थिर झाले आहे.''८

---

७. छत्रपती संभाजी स्मारक ग्रंथ, पृ. ४७

८. कित्ता, पृ. १९०

संभाजीराजांच्या मोगली मुलखावरील हल्ल्याच्या संदर्भात खाफीखानाने म्हटलेले आहे की, मोगली मुलखावर हल्ले करण्याच्या कामी शिवाजीने कधी कमतरता दाखविली नाही; पण खासा औरंगजेब चालून येईल या भीतीने त्याने बुऱ्हाणपूर-औरंगाबाद या शहरांवर कधीच हल्ले चढविले नाहीत.[९] खाफीखानास म्हणायचे आहे की, बादशहाच्या कोपाचा विचार न करता संभाजीराजाने या शहरांवर हल्ले चढविले होते!

बादशहाच्या मनाची अवस्था कशी झाली होती, हे आपण पाहिले. याच काळात मराठी राजाचे नीतिधैर्य कसे होते, हे पाहणे संभाजी-चरित्राच्या दृष्टीने उद्‌बोधक ठरेल. मावळ खोऱ्यातील एक बडा देशमुख वतनदार सर्जेराव जेधे हा मोगलांना जाऊन मिळाला होता; पण पुन्हा छत्रपतींच्या पायाशी निष्ठा व्यक्त करून त्याला स्वराज्यात यायचे होते; पण प्रत्यक्ष छत्रपतींस लिहिण्याची हिंमत होत नव्हती. म्हणून त्याने एका मराठा किल्लेदारातर्फे आपली विनंती छत्रपतींकडे धाडली.

त्यास खरमरीत उत्तर देताना संभाजी महाराज म्हणतात : "आधी तुम्हीच सरासरी हरामखोरी केली की वतनदार होऊन इमानेइतबारे वर्तावे ते गोष्ट न करता स्वामीचे अन्न बहुत दिवस भक्षिले त्याचे सार्थक केलेत की स्वामीच्या पायासी दुर्बुद्धी धरून दोन दिवसांचे मोगल त्यांकडे जाऊन राहिलेस... या उपेरीहि गनिमाकडे राहाणेच असेली तरी सुखेच राहाणे. तुमचा हिसाब तो काय? ए क्षणी स्वामी आज्ञा करितात तरी गनिमादेखील तुम्हास कापून काढवीतच आहेत हे बरे समजणे..."[१०] - ५ ऑक्टो. १६८५.

मराठा राजाचे व लोकांचे नीतिधैर्य

ही झाली मराठा राजाची गोष्ट. सामान्य मराठ्यांचे या काळात नीतिधैर्य कसे होते, याचे उत्तम उदाहरण म्हणजे रामसेजच्या त्या बहादूर किल्लेदाराचे! रामसेजचा किल्ला जिंकून घेण्यासाठी बादशहाने शहाबुद्दीनखान, बहादुरखान, कासिमखान किरमानी असे एकामागून एक याप्रमाणे तीन नामांकित सरदार पाठविले. या तिन्हीही सरदारांना पराभूत करून या मराठा किल्लेदाराने बादशाही छावणीकडे परत पाठविले. कोण होता तो मराठा किल्लेदार? इतिहासाला त्याचे नावही माहीत नाही! संभाजी महाराजांच्या कारकिर्दीत अशी सामान्य मराठी माणसे स्वराज्यप्रेमाने असामान्यपणे लढली म्हणूनच औरंगजेब बादशहाला त्राग्याने आपली डोक्यावरची पगडी काढून जमिनीवर आपटावी लागली!

◆

९. कित्ता

१०. कित्ता, परिशिष्ट क्रमांक ५

छत्रपती संभाजी महाराज : सिद्दी आणि पोर्तुगीज

रामचंद्रपंत अमात्याने आपल्या राजनीती (आज्ञापत्रात) जंजिरेकर सिद्दीचे वर्णन "सन्निधवासी शत्रू म्हणजे केवळ उदरातील व्याधी, त्याचा पराभव आधी करावा... शामल (सिद्दी) केवळ राज्याचे अपायाचेच कारण. यवनेशाचे मनोरथाचे साधन."[१] असे केले आहे. ते अगदी यथार्थ आहे. समुद्रावर चाचेगिरी करणारी ही आडदांड मुस्लिम जमात मूळची ॲबेसिनिया (प. आफ्रिका)मधील. १५व्या शतकात सिद्दींना निजामशहाकडून उत्तर कोकणातील प्रदेश जहागीर म्हणून मिळाला. निजामशाही बुडल्यावर सिद्दी आदिलशाहीचे चाकर बनले. दरम्यान, शिवाजी महाराजांनी मराठी राज्याची स्थापना करून उत्तर कोकणचा प्रदेश आपल्या ताब्यात आणला. परिणामी, सिद्दींशी मराठ्यांचा संघर्ष उत्पन्न झाला. तो पुढे कित्येक पिढ्या मराठ्यांना पुरला.

जंजिऱ्याच्या सिद्दींशी संघर्ष

शिवाजी महाराजांनी सिद्दींचे प्रमुख ठिकाण जंजिरा जिंकण्याचे अनेक प्रयत्न केले; पण त्यात त्यांना यश आले नाही. त्यांनी सिद्दींचा जमिनीवरील जहागिरीचा प्रदेश काबीज केला तरी केवळ जंजिरा किल्ला ताब्यात असल्याने सिद्दी शत्रू जिवंत राहिला. राजापूरच्या खाडीवर समुद्रात उभा असणारा हा किल्ला व किनाऱ्यावर खाडीच्या तीरावर असणारा दंडराजापुरीचा कोट ही त्यांची मुख्य ठाणी. त्यांच्याच आश्रयाने ते मराठी मुलखावर धाडी घालून जाळपोळ, लुटालूट व अत्याचार करीत असत. त्यांची जमिनीवरील ताकद कमी पण आरमारी सामर्थ्य प्रबळ. त्यामुळेच त्यांचा मराठ्यांकडून व्हावा तसा बंदोबस्त होऊ शकला नाही. म्हणूनच सभासदाने त्यांच्याबद्दल म्हटले आहे : "घरात जैसा उंदीर तैसा (हा) शत्रू."

संभाजी महाराजांच्या कारकिर्दीत स. १६८१च्या अखेरीस सिद्दींनी पनवेलपासून चौलपर्यंतचा मराठ्यांचा प्रदेश उद्ध्वस्त करून टाकला. त्याचा जबाब म्हणून खुद्द

---

१. आज्ञापत्र, पृ. ९

संभाजी महाराजांनी सिद्दींच्या दंडराजापुरी कोटावर २० हजार सैन्यानिशी त्वेषाने हल्ला चढविला - (जाने. १६८२). सतत १५ दिवस तोफांची जबरदस्त मारागिरी करून कोटाच्या भिंती जमीनदोस्त केल्या. तेव्हा सिद्दींचे लोक कोटाच्या आतील खडकाच्या आश्रयाने लढू लागले. या वेळी दंडराजापुरी महाराजांच्या ताब्यात येणारच, पण ऐन वेळी मोगली सरदार हसन अलीखान उत्तर कोकणात कल्याणवर आला. तेव्हा वेढ्याचे काम दादाजी रघुनाथ प्रभू या शूर मराठा सेनानीवर सोपवून खानाचा जातीने प्रतिकार करण्यासाठी ते तेथून निघाले. पुढे पावसाळ्यामुळे वेढा उठवावा लागला आणि दंडराजापुरी हातात येतायेता राहिला.

मल्हार रामारावाने संभाजी महाराजांचा हा दंडराजापुरीवरील हल्ला जंजिऱ्यावर कल्पून वृत्तांत दिला आहे. त्यामुळे रियासतकार सरदेसाई, डॉ. कमल गोखले आदी लेखकांचा दंडराजापुरी की जंजिरा या ठिकाणांविषयी घोटाळा झालेला आहे. संभाजी महाराजांचा हा हल्ला जंजिऱ्यावरील नसून, तो दंडराजापुरीवरीलच आहे, असे प्रतिपादन डॉ. बी. के. आपटे यांनी केले आहे.[२] तेच अधिक अचूक वाटते.

सिद्दींचे समुद्रातील दुसरे ठाणे म्हणजे उंदेरी बेट. त्यावरही संभाजीकालात मराठ्यांनी आरमारी हल्ले चढविले; पण त्यातही त्यांना यश आले नाही. सिद्दींना पावसाळ्यात मुख्य आश्रय होता मुंबईकर इंग्रजांचा. त्यामुळे मराठ्यांचे इंग्रजांशी असलेले संबंध अनेक वेळा ताणले गेले; पण काही वेळा व्यापारी स्वार्थासाठी, काही वेळा मराठ्यांबद्दलच्या शत्रुत्वाच्या भावनेपोटी, तर काही वेळा मोगली सामर्थ्याच्या दडपणापोटी मुंबईकर सिद्दींना आश्रय देतच राहिले. ऑगस्ट १६८२मध्ये सिद्दींनी आदिलशाहीची चाकरी सोडून मोगलांची मनसबदारी स्वीकारली होती. तेव्हापासून तर मराठी मुलखावर हल्ले करण्यास त्यास अधिक चेव चढला होता. अशा परिस्थितीत सिद्दींशी संघर्ष चालू ठेवून आपल्या मुलखाचे संरक्षण करणे एवढेच संभाजी महाराजांच्या हाती होते; पण त्यांनाही शिवाजी महाराजांप्रमाणेच सिद्दींना नेस्तनाबूत करता आले नाही.

संभाजी महाराजांची चौलवर स्वारी

मोगलांशी व सिद्दींशी संघर्ष चालू असतानाच संभाजी महाराजांचा पोर्तुगीज या तिसऱ्या सत्तेशी संघर्ष सुरू झाला. पोर्तुगीज काय अगर इंग्रज काय, सर्वच युरोपियन सत्तांचे मराठ्यांविषयीचे धोरण कायमच दुटप्पी राहिले होते.

पोर्तुगिजांचे पश्चिम किनाऱ्यावर दोन ठिकाणी राज्य होते. पहिले गोव्याचे तर दुसरे उत्तर कोकणातील चौल, वसई, दमण इ. भागाचे. संभाजी महाराजांशी मैत्रीची

---

२. छत्रपती संभाजी स्मारक ग्रंथ, पृ. २३७-२३८

बोलणी सुरू असतानाच पोर्तुगीज व्हाईसरॉयने स. १६८२च्या डिसेंबरात मराठ्यांच्या मुलखावर हल्ले करावयास आलेल्या मोगली फौजांना आपल्या प्रदेशांतून जायला वाट दिली.[३] पोर्तुगिजांनी मोगलांना इतक्या उतावळेपणी मदत का केली, याचे उत्तर आपणास पोर्तुगीज व्हाइसरॉयने खुद्द औरंगजेब बादशहास पाठविलेल्या पत्रात मिळते.

त्यात व्हाइसरॉय लिहितो : "मी आमच्या उत्तरेकडील प्रदेशाचे कॅप्टन जनरल दो मानुएल लोबु द सिल्व्हैरा, तसेच चौल, वसई व दमण या तिन्ही ठाण्यांच्या कॅप्टनना पत्रे पाठवून आपल्या सैन्याला आमच्या ठाण्यांच्या हद्दीतून वाट देण्यास व ह्या सैन्याला आमच्या राज्यात जीवनोपयोगी वस्तू खरेदिण्यास परवानगी देण्याबाबत लिहिले होते. तसेच आपल्या नौकांना आमच्या नद्यांतून वाहतूक करू देण्यासही आमच्या अधिकाऱ्यांना सूचना पाठविल्या होत्या... मला आशा आहे की आपणाकडून या राज्याला उदार सवलती प्राप्त होतील. माझी आपल्याला विनंती आहे, की आपण कोकणात जो प्रदेश काबीज कराल तो या राज्याला देऊन टाकावा."[४]

सुप्रसिद्ध इतिहास संशोधक डॉ. पिसुर्लेकर यांनी पोर्तुगिजांच्या हेतूविषयी म्हटले आहे : "विजरईच्या (व्हाइसरॉयच्या) आणखीही काही अपेक्षा होत्या. विजरईस वाटत होते की, मोगल व मराठे यांच्या लढाईत संभाजी राजांचा खात्रीने पराजय होईल. तेव्हा वाहत्या गंगेत हात धुऊन मोगलांकडून आपणास दक्षिण कोकण मिळविण्याचे त्याने योजिले. सबंध दक्षिण कोकणचा प्रदेश गोव्यास जोडणे हे पोर्तुगिजांचे फार जुने उद्दिष्ट होते."[५] यावरून पोर्तुगिजांनी मराठ्यांची आपणहून पहिल्यांदा आगळीक केली व तीही निव्वळ स्वार्थापोटी, हे स्पष्ट होते.

आक्रमणास तितक्याच तीव्रतेने किंबहुना अधिक तीव्रतेने प्रतिकार हे संभाजी महाराजांच्या युद्धनीतीचे सूत्र होते. पोर्तुगिजांच्या कुरापतीचा बदला त्यांनी सहा हजार पायदळ व दोन हजार घोडदळ यासह त्यांच्या उत्तरेकडील राज्यावर स्वारी करून घेतला - (जून १६८३). ही स्वारी सहा महिने चालू होती. पुढे ती पेशवा निळोपंत याने चालविली. डॉ. व्ही. टी. गुणे यांनी म्हटले आहे , "उत्तर फिरंगणातील दमण ते चेऊन (चौल) पर्यंतचा सर्व प्रांत पेशव्याने ऑक्टोबर-नोव्हेंबर १६८३ पर्यंत काबीज केला. तेव्हा ४००० गोवेकर ख्रिस्ती व गोरे सैनिक मुंबईस इंग्रजांच्या आश्रयार्थ गेले."[६]

खुद्द संभाजी महाराजांनी चौलच्या ठाण्यास वेढा दिला व तोफांची मारागिरी

---

३. छत्रपती सभाजी स्मारक ग्रंथ, पृ. ५८

४. कित्ता, पृ. २१३-२१४

५. कित्ता, पृ. ५८-५९

६. छत्रपती संभाजी स्मारक ग्रंथ, पृ. ७२

सुरू केली तेव्हा आतील पोर्तुगिजांची कशी दयनीय अवस्था झाली हे सांगताना मराठा-पोर्तुगीज संबंधांचे दुसरे मोठे संशोधक स. शं. देसाई म्हणतात : "१० ऑगस्टपासून १८ ऑगस्टपर्यंत मराठ्यांनी चौलच्या तटबंदीवर अविरत हल्ले चढविले. आतील शिबंदी लढून लढून थकून गेली. ते पाहून शहरातील भिक्षू आणि इतर नागरिक लढावयास आले. त्या दरम्यान मराठ्यांचे हल्ले विफल व्हावे, म्हणून पोर्तुगिजांनी 'मेरी व्हर्जिन' व 'सेंट स्टिफन' यांची करुणा भाकण्यास प्रारंभ केला होता. ठाण्याच्या कॅप्टनने तर 'सेंट ॲन्थनी'ची आळवणी करून त्याच्या चरणाजवळ साठ अश्रफी ठेवल्या. (पण) मराठे मागे हटेनात..."[७]

संभाजी महाराजांच्या गोव्याच्या स्वारीत तेथील पोर्तुगिजांनी 'सेंट झेवियर'ची केलेली प्रार्थना इतिहासात प्रसिद्ध होती. आता देसाईंनी चौलमधील पोर्तुगिजांची 'मेरी व्हर्जिन' व 'सेंट स्टिफन' यांच्या प्रार्थनेची कथा सांगितली आहे!

गोव्यावर स्वारी : संभाजी महाराजांकडून व्हाइसरॉय पराभूत

पोर्तुगिजांच्या उत्तरेकडील प्रदेशाची संभाजी महाराजांनी केलेली वाताहत पाहून व्हाइसरॉय संतापणे स्वाभाविक होते. उत्तरेकडून मराठ्यांनी काढता पाय घ्यावा म्हणून मराठ्यांच्या दक्षिणेकडील गोव्यालगतच्या प्रदेशातील फोंडा किल्ल्यावर स्वारी करण्याचे त्याने योजिले. व्हाइसरॉयबरोबर १२०० गोरे व २५०० काळे शिपाई व सहा तोफा होत्या. फोंड्याच्या किल्ल्यावर सहाशे मराठे होते. किल्ल्याबाहेर रानात २०० मराठे दबा धरून बसले होते. पोर्तुगीज सैन्य फोंड्याजवळ जाताच त्यांनी किल्ल्यावर तोफांची मारागिरी सुरू केली - (१ नोव्हें. १६८३).

पण आतील मराठा शिबंदीने शर्थीने किल्ला लढविला. या हल्ल्याच्या वेळी संभाजी महाराज कोकणात राजापुरावर होते. ते तातडीने फोंड्याकडे निघाले. फोंड्याच्या पायथ्याशी पोहोचल्यावर आपल्या ८०० स्वारांच्या संरक्षणाखाली त्यांनी ६०० शिपाई किल्ल्यात घातले.[८]

आता पोर्तुगिजांची पिछाडी संभाजी महाराजांनी रोखून धरली होती. आतून मराठी शिबंदी व बाहेरून मराठ्यांची ताजी तुकडी यांच्या कैचीत पोर्तुगीज सैन्य सापडल्याने ते किल्ल्याच्या पायथ्याकडून गर्भगळीत होऊन जवळच्या दुर्भाट बंदराकडे पळत सुटले. तेव्हा मराठ्यांनी त्या फौजेचा पाठलाग करून दाणादाण उडविली. "खासा विजरई दोन वेळा मृत्यूच्या दाढेतून वाचला; पण तो घायाळ झालाच." मराठ्यांशी लढत लढतच पोर्तुगिजांनी गोव्याकडे माघार घेतली - (१२ नोव्हें. १६८३). पोर्तुगिजांच्या इतिहासातील ही मोठी नामुष्कीची गोष्ट होती.

---

७. कित्ता, पृ. २१५

८. छत्रपती संभाजी स्मारक ग्रंथ, पृ. ६०

गोव्यास पोहोचल्यावर व्हाइसरॉयने जेजुइटांच्या मठात स्वत:ला कोंडून घेतले. कोणाची भेट घेतली नाही.९

फोंड्याच्या लढाईनंतर संभाजी महाराज आपल्या राजधानीकडे परत जातील, असे पोर्तुगिजांना वाटत होते; पण महाराजांनी आता त्यांना चांगलीच अद्दल घडविण्याचे ठरविले होते. २४ नोव्हेंबर १६८३ रोजी त्यांनी गोव्यावर लढाई करून जुवे बेटावरील कोट हस्तगत केला. ही वार्ता गोवा राजधानीत समजताच हाहाकार उडाला! कारण खाडी ओलांडली की मराठी सैन्य राजधानीस भिडणार होते. तेव्हा आणीबाणीचा प्रसंग पाहून व्हाइसरॉयने पुन्हा एकदा मराठ्यांवर चालून जाण्याचे धाडस केले. तो आपली फौज घेऊन खाडी पार करून जुवे बेटावर पोहोचला. मराठ्यांनी त्याला त्याच्या सैन्यासह बेटावर आत येऊ दिले आणि मग जो प्रतिहल्ला चढविला त्यापुढे व्हाइसरॉयसह सर्वांनी 'धूम पलायन' केले.

मराठी सैनिकांना, एवढेच नव्हे तर त्यांच्या राजास इतका आवेश आला होता की, पळणाऱ्या पोर्तुगीज व्हाइसरॉयचा पाठलाग करीत असता संभाजी महाराजांनी बेभान होऊन भर खाडीत आपला घोडा घातला! तो पहुणीस लागला असता खंडो बल्लाळ या स्वामिनिष्ठ सेवकाने उडी टाकून तो मागे खेचला व राजाचे प्राण वाचविले, अशी चिटणिसांची कागदपत्रे सांगतात. व्हाइसरॉय याही वेळी जखमी झाला. केवळ दैव चांगले म्हणून तो वाचला.१०

मोठी मानहानी पत्करून व्हाइसरॉय गोव्यात परतल्यानंतर राजधानीची अवस्था कशी झाली होती याचे सुरेख वर्णन पोर्तुगीज कागदपत्रांच्या आधारे स. शं. देसाईंनी केले आहे : "इकडे व्हीसेरेईने (व्हाइसरॉय) जुवे बेटातून पळून येऊन शहरात प्रवेश केला, तेव्हा शहरात सर्वत्र घबराट माजल्याचे त्याला आढळून आले. सैनिकांचा धीर खचला होता. ते मराठ्यांशी लढण्याच्या मन:स्थितीत नव्हते. ते पाहाताच व्हीसेरेईही गर्भगळीत झाला. त्याला काही सुचेना. शेवटचा उपाय म्हणून त्याने सेंट झेविअरला शरण जाण्याचे ठरविले. तो सेंट झेविअरच्या चर्चकडे गेला. त्याच्यामागे लोकांचा एक मोठा घोळका होता. त्याने सेंट झेविअरची करुणा भाकली. नंतर सगळेजण मशाली पेटवून सेंट झेविअरची पेटी ज्या तळघरात ठेवली होती तेथे गेले. त्यांनी शवपेटी उघडली. व्हीसेरेईने आपला राजदंड आणि इतर राजचिन्हे झेविअरच्या पायापाशी ठेवली. त्या राजचिन्हांबरोबर व्हीसेरेईच्या सहीचा एक कागद होता. त्या कागदात त्याने पोर्तुगालच्या राजाच्या वतीने गोव्याचे राज्य सेंट झेविअरला अर्पण केले होते व त्याने चमत्कार करून शत्रूला माघारा परतवून लावावे, अशी याचना

---

९. छत्रपती संभाजी स्मारक ग्रंथ, पृ. ६१
१०. कित्ता, पृ. ६३-६४, २१९

केली होती. व्हीसेरेइ मग झेविअरच्या डोक्याजवळ गेला व डोळ्यांत अश्रू आणून त्याने त्याची करुणा भाकली.''[११]

हे वर्णन वाचल्यावर म. म. दत्तो वामन पोतदारांनी संभाजी महाराजांच्या या स्वारीचे वर्णन त्यांच्या 'आयुष्यातील पराक्रमाचे शिखर' असे जे केले आहे ते किती यथार्थ आहे याची प्रचिती येते.

मराठ्यांनी २४ नोव्हेंबर १६८३ रोजी जुवे बेट काबीज केले व नंतर त्यांनी दोन दिवसांनी २६ नोव्हेंबरास तेथून माघार घेतली. पोर्तुगिजांना वाटले की त्यांचा सेंट झेविअरच पावला! त्याने मराठ्यांच्या स्वारीचे संकट निवारले!

''ते दिवशी गोवे घ्यावयाचेच; परंतु फिरंग्याचे दैव समुद्राने रक्षिले'' (म्हणजे खाडीस भरती आल्याने गोव्यावरील लढाई थांबली) असे 'खंडो बल्लाळ चिटणीस यांची त्रोटक हकीकत' या कागदात म्हटले आहे; पण ते खरे दिसत नाही; कारण भरती काय कायम खाडीत राहत नाही. ती ओसरल्यावर गोव्यावर चाल करून जावयास काय हरकत होती, असा प्रश्न साहजिक निर्माण होतो;

पण या प्रश्नाचे उत्तर या हकिकतीत मिळत नाही. तसेच पाठीमागून मोगल शहाजादा मुअज्जम मोठ्या सैन्यानिशी कोकणात उतरला. त्यामुळे संभाजी महाराजांना गोव्याजवळच्या जुवे बेटाहून माघार घ्यावी लागली, असे बेंद्रे आणि इतर अनेकांनी प्रतिपादन केले आहे.[१२]

पण हीही गोष्ट खरी दिसत नाही; कारण जुवे बेटावरून माघार घेऊन संभाजी महाराज तातडीने रायगडाकडे गेलेले नाहीत. त्यांनी आपल्या सैन्यानिशी पोर्तुगिजांच्या साष्ट व बारदेश या प्रांतांत जाळपोळ व लुटालूट करून मोठी धामधूम केली आणि अनेक किल्ले व ठाणी जिंकल्याचे पोर्तुगीज कागदपत्रांत नमूद आहे.[१३] ७ जानेवारी १६८४ रोजी शहाजादा कोकणात उतरला व त्यापूर्वी संभाजी महाराज २ जाने. १६८४ रोजी गोव्याचा प्रदेश सोडून रायगडाकडे गेले. तेव्हा प्रश्न असा उपस्थित होतो, की २६ नोव्हें. १६८३ ते २ जाने. १६८४ या कालात त्यांनी गोव्याच्या राजधानीवर हल्ला करून ती काबीज करण्याचा पुन्हा प्रयत्न का केला नाही?

याचे संभाव्य कारण असे वाटते की, गोव्याची राजधानी घ्यायची तर केवळ पायदळ व घोडदळ उपयोगी नव्हते. त्यासाठी आरमाराचे पाठबळ हवे होते. असे दिसते की, या वेळी संभाजी महाराजांनी आरमार आणले नव्हते. आणले असले तरी गोव्याचे संरक्षण करण्यास खाडीत व समुद्रात पोर्तुगीज आरमार सज्ज होते, त्याचा

---

११. छत्रपती संभाजी स्मारक ग्रंथ, पृ. २२०

१२. छत्रपती संभाजी महाराजांचे विचिकित्सक चरित्र, पृ. २४८-२४९

१३ छत्रपती संभाजी स्मारक ग्रंथ, पृ. ६५

नाश करण्याइतके प्रबळ ते नसावे.

गोव्याच्या आरमारी सज्जतेविषयी डॉ. पिसुर्लेकर म्हणतात की, गोव्याच्या संरक्षणासाठी पोर्तुगीज तारवे रात्रंदिन पहारा करीत होते. शिवाय खाडीच्या मुखाजवळच्या आग्वाद, रेईसमागुस इ. किल्ल्यांच्या आश्रयाने पोर्तुगीज आरमारही सज्ज होते.[१४] स्वाभाविक या आरमाराचा पाडाव केल्याशिवाय गोवा जिंकणे अशक्य होते.

पुढे मराठा-पोर्तुगीज यांच्यामध्ये दीर्घ काल वाटाघाटी होऊन तह झाला तरी मराठ्यांच्या आक्रमणाची पोर्तुगिजांना जबरदस्त दहशत बसली होती, ती लवकर निघून गेली नाही. ही दहशत इतकी जबर होती की, खाडीच्या मुखावर राजधानीच्या संरक्षणासाठी चार मजबूत किल्ले असून व त्यांच्या आश्रयाने प्रबळ आरमार असूनही गोव्याची राजधानी सुरक्षिततेसाठी अन्यत्र हलवावी की काय असा व्हाइसरॉयच्या मनात प्रश्न उत्पन्न झाला होता. त्यासाठी त्याने 'राज्य सल्लागार मंडळाच्या' बैठकीत गोव्याची राजधानी मुरगाव बंदरात हलविण्याचा ठरावही मंजूर करून घेतला होता. संभाजीराजाने राजधानी घेतली तर त्या बंदरातून पळून जाता यावे हा त्याचा उद्देश होता.

पोर्तुगिजांवर संभाजी महाराजांनी कसा वचक निर्माण केला होता, याची आणखी एक कथा देसाई यांनी सांगितली आहे. ते लिहितात : ''संभाजी जिवंत असता पोर्तुगिजांना त्याचा एवढा वचक वाटत होता की, ते त्याला सार्वभौम राजा म्हणून मानीत होते. त्याच्या वकिलास ते सार्वभौम राजाच्या वकिलाप्रमाणे वागवीत असत. शिवाजी महाराजांना ते नुसते 'शिवाजी राजे' म्हणून संबोधित तर संभाजीच्या नावामागे 'छत्रपती' हे अभिधान ते लावीत.''

''शिवाजी महाराजांच्या कारकिर्दीत त्यांचे जे दूत गोव्यास जात असत त्यांना सार्वभौम राजाच्या दूताप्रमाणे वागविण्यात येत नसे. तो मान मिळाला तो संभाजीच्या दूतांना! संभाजीचा दूत गोव्यास निघाल्याचे कळले की, त्याला गोवा शहरी आणविण्यासाठी सजविलेली खास नौका पाठविण्यात येई. गोवा शहरात त्याच्यासाठी घर बघून ठेवले जाई. घराच्या खिडक्यांना व दारांना भारी किमतीच्या कापडाचे पडदे व खोल्यांमध्ये उंची फर्निचर ठेवले जाई. वकिलाला आणण्यासाठी पाठविण्यात येणाऱ्या नौकेला मखमलीची कमान व रेशमी पडदे असत. कॅप्टनच्या दर्जाचा एक लष्करी अधिकारी आणि त्याचा एक मदतनीस वकिलाचे स्वागत करण्यासाठी नौकेबरोबरच जात.''[१५]

◆

---

१४. छत्रपती संभाजी स्मारक ग्रंथ, पृ. ६४
१५. कित्ता, पृ. २२३

छत्रपती संभाजी महाराज : शहाजादा अकबर

संभाजी-चरित्रामध्ये अकबर प्रकरण हे महत्त्वपूर्ण आहे. उत्तरेत आपल्या बापाविरुद्ध बंडखोरी करून हा शहाजादा मराठ्यांच्या आश्रयास आला आणि त्या घटनेमुळे मराठ्यांच्याच नव्हे तर सर्व मोगली साम्राज्याच्या इतिहासालाच कलाटणी मिळाली. अकबर दक्षिणेत आला नसता तर औरंगजेब बादशहा दक्षिणेत उतरला नसताच, असे म्हणता आले नाही, तरी निदान एवढा अंदाज बांधता येईल की, तो इतक्या लवकर दक्षिणेत आला नसता. अकबराने आपल्याबरोबर औरंगजेबाच्या स्वारीचेही संकट दक्षिणेत, विशेषत: मराठी राज्यावर आणले.

रियासतकार सरदेसाईंनी अकबर प्रकरणी संभाजी महाराजांवर मोठा ठपका ठेवला आहे, हे आपण मागे पाहिलेच आहे. त्यांच्या मते अकबराच्या रूपाने चालून आलेल्या नामी संधीचा उपयोग करण्याचे कसब संभाजी महाराजांनी दाखविले नाही, हा त्यांच्या बुद्धीचा कोतेपणा होय; एखादी संधी साधून संभाजी महाराजांनी औरंगजेबावर तुटून पडून त्यास नामोहरम करावयास हवे होते अथवा धडाडी दाखवून थेट आग्रा-दिल्लीपर्यंत अकबरास पोहोचविले पाहिजे होते.[१]

रियासतकारांनी संभाजी महाराजांकडून अशा प्रकारची अपेक्षा करणे गैर नाही. तथापि, अशी अपेक्षा करताना संभाजी महाराजांचे लष्करी सामर्थ्य, बादशहाचे लष्करी सामर्थ्य, स्वराज्याच्या चारी बाजूंनी प्रत्यही होणारे शत्रूचे हल्ले व त्यातून स्वराज्याच्या अस्तित्वाचाच निर्माण झालेला प्रश्न, स्वराज्यातील राजकारण, उत्तरेतील रजपुतादी मंडळींचे सहकार्य, खुद्द शहाजादा अकबराचे शहाणपण व सामर्थ्य इ. अनेक घटकांचा विचार करावयास हवा होता.

मुळात शहाजादा अकबर हा स्वराज्यातील एक 'अनाहूत पाहुणा' होता. त्याचे आगमन ही काही संभाजी महाराजांना आवडलेली गोष्ट नव्हती; कारण त्याच्या

---

१. मराठी रियासत : उग्रप्रकृती संभाजी, पृ. २९, १०१

आगमनाचे व त्यास देऊ केलेल्या आश्रयाचे कोणते संभाव्य परिणाम होतील, याची त्यांना काहीच कल्पना आली नसेल असे नाही; आणि म्हणूनच अकबर स्वराज्यात आला व त्याच्या मुक्कामाची सोय जरी केली गेली तरी त्यास संभाजी महाराजांनी भेटण्याची घाई केलेली नाही. आमच्या मते त्यांनी अकबरास आश्रय दिला हीच मोठी राजनैतिक चूक झाली; कारण तसे केल्यामुळे चूड दाखवून वाघ घरात घेण्याप्रमाणे, औरंगजेबाच्या स्वारीचे आगमन झाले?

जयपूरचा राजा रामसिंग यास आवाहन

संभाजी महाराज अकबरास आश्रय देण्यास तयार नव्हते. तथापि, कवि कलशाच्या आग्रही सल्ल्यामुळे त्यांनी आपल्या मनाविरुद्ध त्यास आश्रय देण्याचा निर्णय घेतला, हे काही इतिहास अभ्यासकांचे प्रतिपादन पटण्यासारखे नाही. आश्रय देण्याचा निर्णय संभाजी महाराजांचाच होता व त्यास दोन कारणे घडली असावीत. पहिली गोष्ट म्हणजे संभाजी महाराजांचा क्षत्रिय बाणा - शरणागतास आश्रय देण्याची वृत्ती. दुसरी गोष्ट म्हणजे अकबराच्या संधीचा फायदा घेऊन, त्याला राजकारणातील प्यादे बनवून, मोगलांवरच डाव उलटविता आला तर पाहावे, हा हेतू; पण एकट्या मराठ्यांच्या हातून हे कार्य पार पाडता येण्यासारखी परिस्थिती नव्हती. म्हणून अकबर आल्याच्या दुसऱ्या वर्षीच संभाजी महाराजांनी राजपुतांच्या सहकार्याने एक धाडसी योजना आखली - (नोव्हें. १६८२). या योजनेचे स्वरूप त्यांनी अंबरच्या (जयपूर) राजास - राजा रामसिंगास लिहिलेल्या पत्रातून स्पष्ट होते. ते पत्र असे :

"त्या यवनाधमाला (औरंगजेबाला) सांप्रत असे वाटू लागले आहे की, आम्ही हिंदू तत्त्वशून्य झालो आहोत. आम्हाला धर्माचा काहीही अभिमान राहिलेला नाही. बादशहाची वागणूक यापुढे आम्हाला सहन होणार नाही. आम्ही क्षत्रिय आहोत. आमच्या धर्माला कमीपणा आणणारी कोणतीही गोष्ट आम्ही मान्य करणार नाही. वेद, श्रुती-स्मृती इत्यादींनी धर्म आणि जाती यांच्या संबंधीची कर्तव्ये नेमून दिलेली आहेत. त्यांची पायमल्ली झालेली आम्हाला सहन होणार नाही. राजे म्हणून प्रजापालनाचा आमचा जो धर्म आहे तो आम्ही टाकू शकत नाही. या दुष्ट यवनांशी युद्ध करण्यात आम्ही आमची संपत्ती, आमचा देश, आमचे दुर्ग, सारांश सर्व काही पणास लावावयास तयार आहोत. या दृढ उद्देशाने आम्ही गेली दोन वर्षे अकबर आणि दुर्गादास राठोड यांना आमच्या देशात आश्रय दिला आहे. आम्ही यवनाधिपतीच्या अनेक सेनानायकांचा वध केला, कित्येकांना कारागृहात टाकले, काहींना खंडणी घेऊन तर काहींना दयाबुद्धीने सोडून दिले. काहींनी लाच चारून आपली सुटका करून घेतली. अशा रीतीने बादशहाचे सेनानायक हे बिनकामाचे ठरले. आता अशी

वेळ आली आहे की त्या यवनाधमाला (औरंगजेबाला) पकडून कारागारात घालणे शक्य होईल. मग आपल्या देवतांची पुन्हा स्थापना करून धर्मकर्मे निर्विघ्नपणे पार पडतील, अशी व्यवस्था करता येईल. हे सारे लवकर करावयाचे आम्ही ठरविले आहे याची आपण खात्री बाळगावी.''

"परंतु आपल्या मनात आम्ही अल्पवयी आणि अननुभवी आहोत. आपल्या धर्माभिमानाच्या आणि शौर्याच्या अनेक गोष्टी आम्ही ऐकलेल्या आहेत. तुम्ही यावेळी सप्तांग राजसंपन्न आहात. तुम्ही यावेळी धैर्य आणि साहस दाखविलेत तर आणि यवनांची शक्ती नष्ट करण्याच्या कामात आम्हाला मदत केलीत तर आपण काय करू शकणार नाही? या गोष्टीचा आम्ही विचार करतो तेव्हा आपण अशा प्रसंगी धर्माभिमान सोडून गप्प बसून राहिला याचे आम्हाला आश्चर्य वाटते.''

"इकडे आम्ही अकबर आणि दुर्गादास यांना गुजरातेत पाठविण्याच्या विचारात आहोत. यावेळी आपणही जे काही शक्य आणि आवश्यक आहे ते धैर्याने करावे. पठाणाधिपती (इराणचा) शहा आब्बास याने आपण अकबराला साहाय्य करू असे लिहिले आहे; परंतु या बाबतीत आपण यवनांची मदत घ्यावी आणि यशाचे श्रेय त्यांना मिळवून द्यावे, हे मला अनुचित वाटते. आपले पिते (राजा जयसिंग) यांनी यवनाधमाला दिल्लीश्वर करून त्याचे श्रेय संपादन केलेच ना? त्याप्रमाणे आपणही अकबराला मदत करून यशाचे धनी व्हावे. यवनांच्या मदतीने अकबराला राज्यपद लाभले तर त्यांना प्राधान्य येईल. ही गोष्ट आपण घडू देऊ नये. आपण उभयतांनी एक होऊन अकबराला गादीवर बसविले तर धर्मरक्षणाचे कार्य होईल आणि आपल्या या कार्याने महाराजा जयसिंह यांच्या वंशाला शोभा येईल.''[२]

या पत्रातून संभाजी महाराजांचा स्वधर्माभिमान, देशधर्म यासाठी सर्वस्व पणाला लावण्याचा निर्धार आणि खुद्द औरंगजेब बादशहाला कारागृहात टाकून शिक्षा करण्याची महत्त्वाकांक्षा या बाबी जशा स्पष्ट होतात तसा रजपुतांच्या सहकार्याने शहाजादा अकबरास दिल्लीच्या सिंहासनावर बसविण्याचा मनसुबाही जाहीर होतो. या कामी इराणचा बादशहा शहा अब्बास हा मदत करावयास तयार असला तरी या देशातील सत्तांनी त्या परक्या सत्तेचा आपल्या देशाच्या राजकारणात हस्तक्षेप न आणता आपण आपल्या बळावरच ही मसलत तडीस न्यावी, हा शहाणपणाचा राजनैतिक विचारही पत्रातून व्यक्त होतो.

मग ही अकबराला दिल्लीपती करण्याची संभाजी महाराजांची महत्त्वाकांक्षी योजना बारगळली कुठे? आमच्या मते रजपूत राजांनी मराठी राजाला सहकार्याचा हात दिला नाही. संभाजी महाराज अकबर-दुर्गादास यांना दक्षिणेतून काढून उत्तरेत

---

२. शिवपुत्र संभाजी, पृ. १०४-१०५

गुजरातपर्यंत पोहोचविण्याची जबाबदारी घेतात असे दिसते; पण त्यापुढे रजपुतांनी सहकार्य केले नाही तर हे धाडस विफल होणार होते.

कारणे काहीही असोत. रजपुतांना अकबराला साहाय्य करायचे नव्हते असे स्पष्ट दिसते. अगदी प्रारंभीसुद्धा त्यांनीच अकबराला त्याच्या बापाविरुद्ध चिथावणी देऊन बंड करण्याच्या भरीस घातले व ऐन वेळी त्याचा विश्वासघात केला. औरंगजेबाचे कपटनाट्य त्यांना उमगले नाही काय? सर्व राजपुतांनी एक होऊन अकबराच्या पाठीशी उभे राहण्यास काय हरकत होती? अकबराला पुढे करून ते मोगली फौजांशी गनिमी काव्याने लढू शकले असते; पण रजपुतांनी हे केले नाही. दक्षिणेतून संभाजीराजा अकबराला त्यांच्या सीमेपर्यंत पोहोचवतो, असे म्हणूनही ते शांत राहिले; याचा अर्थ काय घ्यायचा? उत्तरेतील रजपुतांनी आपला 'रजपुती बाणा' विसरावा आणि दक्षिणेतील मराठा राजाने तो आपल्या कृतीने प्रकट करावा, ही गोष्ट मराठी इतिहासाला खचितच भूषणास्पद आहे!

अकबराच्या अपयशास जबाबदार कोण?

स. १६८१ ते १६८५ या कालखंडातील मोगल-मराठा संघर्षावर नुसती नजर टाकली तरी आपल्या हे लक्षात येते की, आपल्या राज्याचे संरक्षण करणे हे संभाजी महाराजांचे आद्य व महत्त्वाचे कर्तव्य होते; अकबराला दिल्लीचे तख्त मिळवून देणे हे नव्हे! तशा प्रकारची शेख महंमदी महत्त्वाकांक्षा धरून संभाजी महाराज अकबरास घेऊन दिल्ली-आग्रा पावेतो गेले नाहीत, ही गोष्ट त्यांना कमीपणा देणारी नाही. उलट अशा प्रकारचे वेडे धाडस, इतर कुणाच्या साहाय्याविना त्यांनी केले नाही हीच शहाणपणाची गोष्ट होती; कारण अशा प्रकारची मोहीम उत्तरेतील रजपूत, जाट इ. सत्तांच्या सहकार्याशिवाय यशस्वी होणार नव्हती, हा मुद्दा टीकाकार लक्षात घेत नाहीत.

दुसरी गोष्ट अशी की, अशी मोहीम काढून संभाजी महाराज उत्तरेत गेले असते तर स्वराज्याची संरक्षणव्यवस्था स्वाभाविकच कमकुवत झाली असती. स्वकीय घरभेद्यांना व सीमेवरील शत्रूंना ही आयतीच संधी मिळाली असती. संभाजी महाराजांनी शहाणपणाने हे घडू दिले नाही हे विशेष होय.

आता थोडा शहाजादा अकबराचा विचार करू. या अकबराजवळ काय होते? औरंगजेब बादशहाचा पुत्र (तोही बंडखोर) म्हणून एक नाव, याशिवाय त्याच्याजवळ काहीही नव्हते. ४०० घोडे, २५० उंट व मूठभर पायदळ हे त्याचे लष्करी सामर्थ्य! बुद्धिसामर्थ्याचा विचार करावा, तरीही त्यातही तो कोता होता असे दिसते. वा. सी. बेंद्रे यांनी त्याला 'बालिश' म्हटले आहे ते खरे आहे. संभाजी महाराजांनी त्याचे स्वराज्यात स्वागत करताना एक किमती हिरेजडित हार भेट दिला होता. या

शहाजाद्याने तो आपल्या रखेलीला देऊन टाकला! संभाजी महाराजांना जेव्हा शहाजाद्याचे हे कृत्य समजले तेव्हा त्यांना तो आपला अपमान वाटला व त्यांनी त्याचा जाब त्याला विचारला. तेव्हा शहाजाद्याने उत्तर दिले : "मी बादशहा आहे! माझ्या मनासारखा मी वागेन!"[३]

असे असले तरी संभाजी महाराजांनी अकबर व दुर्गादास यांच्या बरोबर आपले सैन्य देऊन त्यांना उत्तरेस पाठविण्याचे दोन-तीन प्रयत्न केलेले दिसतात. ईश्वरदास नागर, भीमसेन सक्सेना, इंग्रज वखारवाले अशा प्रयत्नांची माहिती देता; पण दुर्दैवाने या प्रत्येक प्रयत्नात अकबर अयशस्वी होऊन माघारी परतला. सैन्यबल देऊनसुद्धा शहाजाद्यास उत्तरेकडील मार्ग सापडला नाही. मोगली सैन्यास चुकवून, गुंगारा देऊन अथवा सामना करून उत्तरेकडे परतता आले नाही. शेवटी निराश होऊन जहाजात बसून त्याला इराणकडे प्रयाण करावे लागले. याचा दोष संभाजीराजांकडे जातो असे वाटत नाही.

◆

३. शिवपुत्र संभाजी, पृ. १०७

छत्रपती संभाजी महाराज : कवि कलश

कवि कलश हा संभाजी चरित्रामधील मोठा वादग्रस्त विषय आहे. शाक्तपंथीय कवि कलशाने आपल्या वशीकरण विद्येच्या प्रभावाने संभाजीराजास आपल्या नादाला लावले आणि शेवटी त्याच्याच कारवायांमुळे अथवा त्याच्या नादी लागल्यामुळे राजाचा घात झाला, असा सर्वसाधारण समज बखरकारांनी, आद्य इतिहासकारांनी व नाटककारांनी महाराष्ट्रात दृढ केला; पण जसजसे संभाजी-चरित्राचे नव्याने संशोधन होऊ लागले तसतशी संभाजी महाराजांबरोबर कवि कलशाची प्रतिमाही स्वच्छ होऊ लागली.

एक गोष्ट स्पष्ट आहे की, संभाजी-चरित्रात कवि कलशाच्या स्थानास अनन्यसाधारण महत्त्व आहे. संभाजीचरित्रात राणी येसूबाई, सरसेनापती हंबीरराव मोहिते व कवि कलश ह्या संभाजी महाराजांच्या खास विश्वासातील व्यक्ती होत. या तीन पैकी कवि कलश हाच तत्कालीन मराठी समाजातील वरिष्ठ वर्गाच्या रोषाचा बळी ठरला.

संभाजीराजे-कवि कलश संबंध

मराठ्यांच्या इतिहासाचे एक अभ्यासक डॉ. वसंतराव कदम म्हणतात की, कवि कलशाचा संभाजी महाराजांशी प्रामुख्याने संबंध आला तो ते छत्रपती झाल्यावरच - (स. १६८१); पुढे प्रधान व सोयराबाई यांनी केलेल्या कटकारस्थानांनी 'एका विशिष्ट नाजूक मानसिक अवस्थेत' संभाजी महाराज या परप्रांतीयाकडे आकर्षित झाले असावेत. स. १६८३मध्ये महाराजांनी त्यास 'कुलयेख्तियारा' दिली.[१]

स. १६८१मध्ये प्रथम संबंध आलेल्या कवि कलशाचा एक-दोन वर्षांत मराठी राज्यात इतका प्रभाव निर्माण झाला की, त्यास संभाजी महाराजांनी राज्यामधील 'कुलयेख्तियारी' दिली, हे विधान पटणारे नाही. कवि कलश हा परप्रांतीय खरा,

---

१. छत्रपती संभाजी स्मारक ग्रंथ, पृ. १६१

पण तो महाराष्ट्रात स. १६८१च्या सुमारास एकदम उदयास आला असे झालेले नाही. कवि कलशाचा व महाराष्ट्रातील भोसले घराण्याचा संबंध कमीतकमी शिवाजी महाराजांच्या आग्राभेटीपासून सिद्ध होतो आहे. मराठ्यांचे इतिहासाचे दुसरे एक अभ्यासक डॉ. वसंतराव मोरे यांनी या संदर्भातील राजस्थानी रेकॉर्ड्समधील दिलेला पुरावा खोटा मानण्यास काही जागा नाही.[२] त्यातून हे स्पष्ट होते, की कवि कलश या उत्तर हिंदुस्थानी पंडितास शिवाजी महाराजांनीच आश्रय दिला होता आणि इतर अनेक पंडितांबरोबर त्यास आपल्याबरोबर आग्ऱ्यास नेले होते. त्याचा असाही अर्थ होतो की, तो थोरल्या महाराजांच्या विश्वासास पात्र झालेला होता.

कवि कलश महाराष्ट्रात केव्हा आला असावा, याविषयी निश्चित सांगता येत नाही. आवळसकर म्हणतात की, तो शिवराज्याभिषेकाच्या वेळी महाराष्ट्रात आला असावा.[३] कवि कलश हा शाक्तपंथीय होता. कदाचित त्यामुळे निश्चलपुरीने जो दुसरा राज्याभिषेक रायगडावर घडविला, त्या कार्यात कवि कलशही असावा. पुढे त्याचा व युवराज संभाजीराजाचा संबंध येतो तो शृंगारपुरी. या ठिकाणीच त्याने शिवयोगी या शाक्तपंथीय गुरूशी युवराजाचा संबंध जुळवून आणला, असे आवळसकर म्हणतात. अनुपुराणकर्ता सांगतो की, कवि कलशाने शृंगारपुरी युवराज संभाजीराजाचा 'कलशाभिषेक' घडवून आणला. यावरून शृंगारपुरीच या उभयतांचे संबंध अधिक दृढ झाले असावेत, हे स्पष्ट होते.

ज्या प्रधानांच्या राजद्रोही गुन्ह्यांवर पांघरून घालून संभाजी महाराजांनी त्यांना पूर्ववत उच्च अधिकारस्थानी नेमले होते, त्यांनीच त्यांच्या विरोधात कटकारस्थाने करावीत, ही गोष्ट दुर्दैवी खरीच; पण त्यामुळे, डॉ. कदम म्हणतात त्याप्रमाणे, संभाजी महाराजांची विशिष्ट नाजूक मानसिक अवस्था निर्माण होणे अगदी स्वाभाविक होते. डॉ. कदम लिहितात : "या दृष्टीने पाहता अष्टप्रधानांच्या विरोधामुळे छत्रपती संभाजीला कवि कलशावर विश्वास ठेवण्याशिवाय इतर कोणाताही पर्याय उरला नाही असे दिसते. कवि कलशाच्या उदयाला तत्कालीन अष्टप्रधानांची भूमिका मोठ्या प्रमाणावर कारणीभूत मानावी लागते."[४] डॉ. कदमांचे प्रतिपादन मान्य होण्यास हरकत नाही. यातूनच कवि कलशास रायगडावर 'कुलयेख्तियारी' मिळाली आहे. अष्टप्रधान मंडळात पेशव्यास जे महत्त्व होते ते या 'कुलयेख्तियारी'ने कवि कलशास प्राप्त झाले.

---

२. कित्ता, पृ. १७९

३. कित्ता, पृ., ३३९

४. छत्रपती संभाजी स्मारक ग्रंथ, पृ. १६१

कवि कलश : संभाजीराजांचा प्रमुख सल्लागार

संभाजीकालातील कवि कलशाच्या एकूण हालचालीवरून हे स्पष्ट होते की, तो संभाजी महाराजांचा प्रशासन व राजनैतिक क्षेत्र यामधील प्रमुख सल्लागार होता. त्याच्या ठिकाणी असणारे पांडित्य, मधुर वाणी, सुसंस्कृत व्यवहार याही बाबी संभाजी महाराज त्याच्यावर अधिक प्रसन्न होण्यास साहाय्यभूत ठरल्या असतील.

कवि कलशाच्या या मधुर वाणीबद्दल व सुसंस्कृतपणाबद्दल प्रसिद्ध साहित्यिक वि. द. घाटे यांनी म्हटले आहे : ''कनोजकडची हिंदी भाषा अत्यंत मधुर आणि मृदू, तिकडील उंची अत्तरांसारखी सुगंधी, तिच्यात अदब फार. कर्तरी ऐवजी कर्मणी प्रयोगच जास्त, दुसऱ्यास बहुमान आणि स्वत:स लघुत्व आणि तेही खुबीने देण्याची प्रवृत्ती फार. रायगडावरच्या कारभाऱ्यांची आणि मुत्सद्यांची मराठी भाषा रायगडच्या कातळासारखीच टणक, ओबडधोबड आणि सडेतोड, मृदुत्व आणि माधुर्य याचा अर्थ हे कारभारी स्त्रीत्व असा घेत असणार आणि प्रामाणिकपणे बोलायचे म्हणजे फटकळच बोलले पाहिजे अशी त्यांची प्रामाणिक समजूत असणार; पण एक गोष्ट लक्षात ठेवली पाहिजे. भाषण किंवा लेखन मधुर आणि ऊनोक्तिपर असले म्हणजे ते फसवे असायचेच, हा महाराष्ट्रीयांचा समज चुकीचा आहे. मधुर भाषण प्रामाणिक असू शकते.''[५]

पण कवि कलशाजवळ केवळ मधुर वाणीच होती असे नाही. प्रशासन, धर्मशास्त्र, न्यायदान, लढाया, तहरहाच्या वाटाघाटी, राजनैतिक उलाढाली इ. अनेक बाबी तो लीलया हाताळताना दिसतो. या संदर्भात जेधे शकावलीमधील त्याच्याविषयीची एक नोंद फार बोलकी आहे. स. १६८४ साली औरंगजेबाने शहाबुद्दीनखान या सरदारास रायगडाच्या रोखाने स्वारीवर पाठविला होता. त्याने कोकणात बोरघाट मार्गे उतरून गांगोलीजवळ छावणी केली. शकावली म्हणते : ''पौश वद्य ४ शाबदीखान पुणाहून दउड (दौड) करून बोरघाटे उतरोन गागोलीस आला. कवि कलशे जाऊन भांडण (लढाई) दिल्हे. फिरोन घाटावरी घातला.'' - (१४ जाने. १६८५)[६]

रणांगणावर पराक्रम करून शत्रूच्या सैन्याला परतून घाटावर घालविणारा कवि कलश खरा की 'रेडे मारून त्यांचे ओले कातड्यावर अनुष्ठाने' करणारा कवि कलश खरा? हससूलच्या बाटून मुसलमान झालेल्या ब्राह्मणाला पुन्हा पावन करून हिंदू धर्मात घ्या म्हणून छत्रपतींकडे आग्रह धरणारा कवि कलश खरा की 'वशीकरण मंत्र उपयोग करून... महाराजांचे बुद्धीस भ्रंश' पाडणारा कवि कलश खरा?

---

५. कित्ता, पृ. ४१२
६. शिवचरित्र प्रदीप, पृ. ३३

कवि कलश शाक्तपंथीय होता हे खरे; या पंथात अवैदिक तांत्रिक पूजेच्या क्रिया होत्या हेही खरे आहे आणि संभाजीराजा या पंथाच्या प्रभावाखाली होता हेही तितकेच खरे आहे; पण याचा अर्थ असा नव्हे की, ही गुरू-शिष्याची जोडी राज्यकारभार, युद्ध आघाडी यासारख्या राज्याच्या महत्त्वाच्या बाबींकडे दुर्लक्ष करून तांत्रिक मंत्रतंत्रातच गुरफटून राहिली होती. मल्हार रामरावाने तर त्या दोघांना अखेरच्या क्षणीही 'तांत्रिक' प्रयोगासाठी बसविले आहे! कोणता राजा शत्रू चालून येत असता अनुष्ठानास बसून राहील? पण प्रा. वसंत कानेटकरांनी ही अनुष्ठानाची कथा खरी मानून संगमेश्वरीच्या कैदेसंबंधी आपले अनुमान बांधले.

महाराष्ट्रातील वैदिक पंडितांनी, विशेषत: रायगडावरील वैदिक धर्माभिमानी प्रधानांनी, कवि कलशाच्या शाक्त पंथाचा व त्याच्या उपासनेचा अधिक गवगवा केला असावा. असा गवगवा करून कवि कलशाला बदनाम करणे हा राजकीय डावपेचाचा एक भाग होता. डॉ. कदम म्हणतात त्याप्रमाणे बाटलेल्या कुलकर्ण्याला पुन्हा शुद्ध करून हिंदू धर्मात घेतलेल्या घटनेचे एखादे निमित्तही त्यासाठी त्यांना पुरले असावे; पण कवि कलशाच्या बदनामीच्या मुळाशी रायगडावरील सत्तास्पर्धेत या वैदिक प्रधानांची झालेली पिछेहाट हेच खरे कारण होते, असा जो डॉ. मोरे यांनी काढलेला निष्कर्ष तो ऐतिहासिक सत्याच्या अधिक जवळ जातो असे वाटते.

कवि कलश : एकनिष्ठ सेवक

डॉ. कदमांनी कलशाची फितुरीही ध्वनित केली आहे. मराठी कागदपत्रंच नव्हे तर, खाफीखान, साकी मुस्तैदखान, भीमसेन सक्सेना हे तत्कालीन मोगल दरबारचे इतिहास-लेखकही कलश फितूर झाला होता हे सांगत नाहीत. खुद्द खाफीखान कवि कलशाचा उल्लेख 'संभाजीच्या शूर सोबती सल्लागारांतील एकनिष्ठ प्रधान' म्हणून करतो.[७] तत्कालीन मोगल इतिहासकार ईश्वरदास नागर कलशाच्या फितुरीची कथा सांगतो; पण त्याचा वृत्तांत या संदर्भात अत्यंत विसंगत व अनैतिहासिक विधानांनी भरलेला आहे. मनुची आणि आर्मच्या कलशाच्या फितुरीच्या कथा या तर बाजारगप्पाच होत. त्याहीपेक्षा महत्त्वाचे - कलश फितूर झाला असता तर त्याची बक्षिसी त्यास मिळाली असती; औरंगजेबाने त्याचे असे हालहाल करून त्यास मारले नसते, हा तर्क दुर्लक्ष न करण्यासारखा आहे.

सारांश, कवि कलश म्हणजे मंत्र-तंत्र करणारा, शाक्तपंथीय उत्तर प्रदेशी कनोजी ब्राह्मण, फार फार तर विद्वान पंडित कवी अशी जी प्रतिमा इतिहासात नमूद आहे, ती परिपूर्ण नाही. त्याचे पांडित्य हा त्याचा मुख्य स्वभावविशेष असला तरी

---

७. छत्रपती संभाजी स्मारक ग्रंथ, पृ. ९२

केवळ पांडित्यामुळे तो संभाजीराजाचा खास सल्लागार होता, असे नाही. त्याच्याजवळ राजकारणी व प्रशासकीय गुण निश्चितपणे होते. म्हणूनच तो रायगडावरील राजकारणात प्रधानांच्या विरोधातही टिकून राहिला. मराठी राज्याची राजनैतिक बाजू सांभाळून त्याने आपले राजनैतिक गुणही सिद्ध केले आहेत. एवढेच नव्हे तर युद्धप्रयत्नांचे संयोजन व प्रत्यक्ष युद्धआघाडी याही क्षेत्रांत त्याने आपली गती उत्तम प्रकारे दाखविली आहे. त्याच्या अंगी असणाऱ्या या गुणांमुळेच संभाजी महाराजांनी त्याला आपल्या कारभारातील प्रमुखपण (कुलयेख्तियारी) दिले.

अशा प्रकारे मराठी कारभारात कोणाला ना कोणाला तरी प्रमुखपण येथून पुढे मिळत गेले आहे, ही गोष्ट आपण ध्यानात घेतली पाहिजे. पुढच्या कालात महाराष्ट्रातील कारभारात रामचंद्रपंत अमात्यांना 'हुकमतपन्हा' म्हणून तर, कर्नाटकातील कारभारात प्रल्हाद निराजीस 'प्रतिनिधी' म्हणून राजाराम महाराजांनी कारभारातील प्रमुखपण दिलेले आहे. ताराबाईच्या कारकिर्दीत मराठी कारभारात त्यांचा खास विश्वासू अधिकारी म्हणून गिरजोजी यादव यास त्यांचा 'दिवाण' म्हणून प्रमुखपण मिळालेले आहे. पुढे शाहू महाराजांच्या काळात भट पेशवे राज्यकारभारप्रमुख बनले. संपूर्ण पेशवाई म्हणजे एक प्रकारची 'कुलयेख्तियारी'च आहे; पण मराठी इतिहासात उपरोक्त व्यक्तींच्या मराठी राज्याच्या कारभारातील 'कुलयेख्तियारी'ची बदनामी केली गेलेली नाही. कवि कलशाच्या कारभारातील प्रमुखपणाची मात्र ती केली गेली, यामागे तो मराठी नव्हता, परप्रांतीय होता, हेच खरे कारण होते. एका अमराठी माणसास मराठी राज्यात एवढे मोठे स्थान मिळावे, ही गोष्ट मराठी नोकरशाहीच्या पचनी पडणे शक्य नव्हते; पण आज तीनशे वर्षांनी या अमराठी माणसाने मराठी राजासाठी व मराठी राज्यासाठी केलेली एकनिष्ठ सेवा, शेवटी आपल्या धन्याबरोबर स्वीकारलेला यातनामय मृत्यू, याबद्दल निदान कृतज्ञतेची भावना व्यक्त करणे, हे मराठी माणसाचे कर्तव्य राहील असे वाटते.

◆

छत्रपती संभाजी महाराज : स्वराज्याचा कारभार

मल्हार रामरावाने संभाजी महाराजांच्या कारभाराचे वर्णन केले आहे, त्याचा आशय असा आहे : संभाजीराजाच्या कारकिर्दीत कलुशा कबजीच्या नादाने राज्यातील पुरातन सेवकांची अप्रतिष्ठा झाली, वर्णविचार राहिला नाही; वाममार्गकर्मामुळे प्रजानन त्रास पावले; प्रजा क्षुब्ध झाली; देवाब्राह्मणांच्या ठायी निष्ठा राहिली नाही; कबजीच्या नादे राजाने अनेकांची घरे बुडविली, अनेकांना नागविले, बुद्धिमंत व शूर लोक हतवीर्य झाले; पागा, हत्ती, सर्व कारखाने, फौज बेनिगेने सर्व बुडाली; कर्ती माणसे चहूकडे गेली; राजा वेडा झाला.[१]

मल्हार रामरावाने हे संभाजी महाराजांच्या राज्यकारभाराचे (बेबंदशाहीचे) जे चित्र रंगविले आहे, त्यास तत्कालीन कागदोपत्री काही पुरावा मिळत नाही. उलट जी काही हाताच्या बोटावर मोजण्याइतकी अस्सल कागदपत्रे मिळतात त्यावरून संभाजी महाराज आपला राज्यकारभार कर्तव्यनिष्ठेने, दक्षतेने व न्यायाने करीत होते, असेच पुरावे मिळतात.

शिवछत्रपतींची प्रशासननीती पुढे चालविली

शिवाजी महाराजांनी केवळ मराठ्यांची प्रबळ लष्करी सत्ताच निर्माण केली असे नाही; या सत्तेस मागून आधार देणारी मजबूत व कार्यक्षम अशी राज्यकारभार यंत्रणा निर्माण केली. नवे दंडक, नवे कायदेकानून, नवे धारे, नवी नीती, अशी बरीच काही त्यांनी नवनिर्मिती केली. या त्यांच्या राज्यकारभार यंत्रणेला पहिला जबर धक्का बसला तो त्यांच्या मृत्यूनंतर राज्याच्या प्रधानांनी केलेल्या उलाढालीने. राज्याचे प्रधान हे तर कारभार यंत्रणेच्या केंद्रस्थानी कार्य करणारे महत्त्वाचे घटक. त्यांचीच निष्ठा डळमळली. राजनिष्ठेचा प्राथमिक व मूलभूत दंडक त्यांनी मोडला. केंद्रातच असा उद्रेक झाल्यामुळे त्याचा परिणाम सर्व कारभार यंत्रणेवर होणे स्वाभाविक होते.

---

१. चिटणीस बखर (संभाजी), पृ. २१-२३

त्यामुळे प्रशासक म्हणून संभाजी महाराजांची खरी कसोटी ते राज्याधिकारी झाल्यापासून लागली होती.

म. म. पोतदारांनी या मुद्द्यावर अचूकपणे बोट ठेवून म्हटले आहे, की संभाजी महाराज गादीवर आले त्या वेळी राज्याचे यंत्र दुहीमुळे ढिलावले होते; असे ढिलावलेले यंत्र घेऊन त्यांनी औरंगजेबाशी टक्कर दिली, याबद्दल त्यांची तारीफच करायला हवी! म. म. पोतदारांनी अत्यंत निरोगी दृष्टिकोनातून हे मूल्यमापन केलेले आहे, असे वाटते.

शिवाजी महाराजांनी निर्माण केलेले राज्याचे यंत्र दुहीमुळे ढिलावले होते; नष्ट झालेले नव्हते. ते सावरण्याचा व पुन्हा जोमाने कार्यान्वित करण्याचा प्रयत्न संभाजी महाराजांकडून होत होता, असे तत्कालीन कागदपत्रांतील एखाद दुसऱ्या ओळीच्या त्यांच्या उद्गारावरून अथवा उल्लेखावरूनही निर्देशित होते. वडिलांनी घालून दिलेले दंडक, त्यांनी तयार केलेली राजनीती आपण पुढे तशीच चालविणे, हे आपले कर्तव्यच आहे, ही त्यांची भावना होती, हे त्यांच्या पुढील उद्गारांवरून स्पष्ट होते -

१) शिवाजी महाराजांनी ज्यांच्यापासून मंत्रोपदेश घेतला त्या गोपाळभट या वेदशास्त्रपंडिताच्या पुत्राचा सन्मान पुढे चालू ठेवताना संभाजी महाराज म्हणतात, ''आबासाहेबांचे संकल्पित आहे ते चालवावे हे आम्हास अगत्य.''[२]

२) इंग्रजांशी झालेल्या एका मैत्रीच्या करारात संभाजी महाराज म्हणतात, ''माझ्या वडिलांचे वेळी जो शिरस्ता होता तोच मी पाळीन.''[३]

सुभ्यांचे, महालांचे, गडकोटांचे व लष्कराचे लहान-मोठे अधिकारी हे कारभारातील महत्त्वाचे दुवे होते. राज्ययंत्रणा त्यांच्यावरच उभी होती. केंद्र सत्तेची जरब असेल तरच ते जबाबदारीने वागणार. अशी जरब संभाजी महाराजांनी आपल्या कारभारात निर्माण केली होती, हे त्यांच्या काही आज्ञापत्रांवरून दिसून येते. उदाहरणार्थ :

१) सज्जनगडावरील समर्थशिष्यांच्या झगड्यात पडणाऱ्या किल्लेदारास समज देताना संभाजी महाराज लिहितात : ''तरी तुम्हास ऐसे करावया प्रयोजन काये... याउपरि ये घालमेलीत पडावया प्रयोजन नाही. श्री स्वामीच्या समुदायांसी काडीइतके अंतर पडो न देणे...''[४]

२) मोगलांच्या प्रतिकारास वतनदारांचे मोलाचे साहाय्य होत असे. अशा वेळी वतनदारांना नाराज करणे ही बाब राज्यहिताची नव्हती. दत्ताजी केशव पिसाळ या

---

२. छत्रपती संभाजी स्मारक ग्रंथ, परिशिष्ट क्र. ५, पत्र क्र. - ६

३. कित्ता, पृ. २६७

४. छत्रपती संभाजी स्मारक ग्रंथ, परिशिष्ट क्र. ५, पत्र. क्र. १०

जोरखोऱ्याच्या देशमुखाच्या संदर्भात संभाजी महाराज जावळीच्या सुभेदारास ताकीद देतात : "दत्ताजी केशवजी पिसाळ देशमुख तर्फ जोरखोरे यांसी कैलासवासी स्वामींनी हक्क वतन करून दिल्हे आहे. त्याप्रमाणे हे वर्षास मोईनप्रमाणे चालत आले. हल्ली कुसर होतो म्हणून कळो आले. तरी हे दिवसांत गनीम कोकणात पेशक. या प्रसंग हशमाचा जमाव करावया देशमुख मशारनिल्हेस आज्ञा केली असे व पुढे कितेक काम यांचे हातून घेणे असता उगेच माणूस दिलगीर करावे आणि स्वामीकार्याचा नाश करावे हे कोण कारकुनी. हे गोष्टिने स्वामीचा तरी फायदा तरी ते कौडीइतकी गोष्ट नाही. ऐसे असता असे करावयास गरज काय. या उपरी तरी देशमुख एकंदर रंजीस न करणे. त्यांचा हक्क जो सालाबादाप्रमाणे चालला आहे. तेणेप्रमाणे तुम्हीही चालवणे. कसूर काडीइतकी न करणे. पुढे बोभाट आल्यास स्वामी तुमची भीड धरणार नाहीत हे नेमस्त समजणे."[५]

"वतनदारांचा स्नेह व दंड या दोहोमध्ये निक्षून ठेवावे लागते" ही शिवछत्रपतींची कारभारनीती संभाजी महाराजांनीही पुढे चालू ठेवली होती, याची दोन उत्तम उदाहरणे संभाजी-चरित्रात आहेत :

पहिले आहे, कर्नाटकात स्वराज्याच्या सेवेत असणाऱ्या वतनदाराचे. पुणे प्रांतीचा कृष्णाजी काशी हा कर्नाटकात हरजीराजे महाडीकाजवळ होता. आपण परप्रांती, आपले पुणे प्रांतीचे देशकुलकर्णी वतन कोणी तरी गैरावाका सांगून बळकावील, ही त्यास भीती वाटत होती. म्हणून आपले वतन अमानत आहे ते तसेच ठेवावे म्हणून तो छत्रपतींना विनंती करतो.

त्यावर छत्रपती लिहितात : "तरी तुमची वृत्त अमानात आहे तैसी आहे. पुढे तुमचा कोणी दाईज हुजूर आला तऱ्ही त्याचे बोले मोकली करावयाची आज्ञा होणार नाही. अनामतच आहे. येविसी तुम्ही आपले समाधान असू देणे."[६]

दुसरे उदाहरण आहे मावळ प्रांतीच्या सर्जेराव जेधे या मोगलास मिळालेल्या फितूर वतनदाराचे. याला संभाजी महाराजांनी कसे "ए क्षणी स्वामी आज्ञा करितात तरी गनीमादेखील तुम्हास कापून काढवीतच आहेत. हे बरे समजणे" हे उत्तर दिले आहे, याची चर्चा मागे येऊन गेलीच आहे. सर्जेराव जेध्याला पाठविलेले आज्ञापत्र म्हणजे राजसत्तेने 'दंड' सत्तेचा बडगा कसा उगारला पाहिजे, याचे एक सुंदर उदाहरण आहे.

धर्माच्या क्षेत्रात साधू-संत, देवदेवता, विद्वान ब्राह्मण यांच्याविषयी शिवाजी महाराजांसारखाच संभाजी महाराजांनी आदरभाव ठेवलेला आढळतो. चाफळ-

---

५. कित्ता, पत्र. क्र. १२

६. कित्ता, पत्र क्र. ७

सज्जनगडाचे रामदास स्वामी, मोरगावचे मोरेश्वर गोसावी, वाई प्रांतातील क।। निंबचे सदानंद गोसावी, संत तुकारामाचे पुत्र महादोबा गोसावी, पाटगावचे मौनीबुवा या सत्पुरुषांना व त्यांच्या देवस्थानांना दिलेल्या पत्रांवरून राज्यातील साधू-संतांविषयीचा संभाजी महाराजांचा भक्तिभाव दिसून येतो. चाफळ, मोरगाव, निंब, पाटगाव इ. ठिकाणची धार्मिक कार्ये (यात्रा, अन्नछत्रे इ.) निर्विघ्न पार पडावीत म्हणून खुद्द छत्रपती किती दक्ष होते, हे या पत्रांवरून दिसू येते.[७]

न्यायनिवाड्याच्या क्षेत्रातील धडाडीचे निर्णय

धर्माच्या क्षेत्रात आणखी एक लक्षणीय घटना म्हणजे हरसूलच्या गंगाधर रंगनाथ कुलकर्णी या बलात्काराने बाटून मुसलमान झालेल्या ब्राह्मणास शुद्ध करून पुन्हा हिंदू धर्मात घेण्याचे संभाजी महाराज व कवि कलश यांनी दाखविलेले धाडस. पुढे पेशवाईत प्रबळ अशा बाजीराव पेशव्यासही मस्तानीपासून झालेल्या स्वत:च्या मुलास हिंदू धर्मात समाविष्ट करून घेण्याचे अशक्य झाल्याचे आपणाला ज्ञात आहे. हिंदू समाजाच्या कर्मठ पार्श्वभूमीवर संभाजी महाराजांनी दाखविलेला सामाजिक धीटपणा कौतुकास्पद आहे. आणि म्हणूनच आवळसकरांच्या सारख्या टीकाकारांनाही संभाजी महाराजांच्या धार्मिक धोरणाचे 'स्पष्ट, सुबोध आणि प्रगत' असे वर्णन करण्याचा मोह झाला आहे.[८]

संभाजीकालीन न्यायनिवाड्याचीही अनेक उदाहरणे आवळसकरांनी दिली असून, त्या संदर्भात त्यांनी म्हटले आहे की, न्यायनिवाडे करीत असता संभाजी महाराजांनी स्वतंत्र बुद्धी दाखविलेली आहे.[९] मराठा इतिहासाचे दुसरे एक अभ्यासक डॉ. प्र. न. देशपांडे यांनी महाराजांच्या प्रशासनावर चर्चा करताना तत्कालीन न्यायदान पद्धतीविषयी असाच अनुकूल अभिप्राय दिलेला आहे. ते म्हणतात : "संभाजी कारकिर्दीत न्यायपद्धतीचा बोजवारा उडालेला होता, असा एक गैरसमज आहे; परंतु तो चुकीचा असून, अतिशय धामधुमीच्या काळातही न्यायसंस्था निर्भीडपणे आणि निर्भयपणे निवाडे करीत होत्या, असे समकालीन कागदपत्रांवरून सिद्ध होते."[१०]

संभाजी महाराजांची प्रशासनविषयीची व न्यायनिवाड्याविषयीची काही मोजकीच पत्रे कालौघात शिल्लक राहिली आहेत, ती जिज्ञासू वाचकांनी अवश्य पाहावीत. विशेषत: प्रचंडगडच्या घेऱ्यातील गाईम्हैशींच्या वनचराई संबंधीचे पत्र, सज्जनगडावरील समर्थशिष्यांतील कथल्यासंबंधीचे पत्र, शहापूरच्या हनुमान मंदिराच्या पुजाऱ्याच्या

---

७. छत्रपती संभाजी स्मारक ग्रंथ, परिशिष्ट क्रमांक ५

८. कित्ता, पृ. ३४१

९. कित्ता, पृ. ३४०

१०. कित्ता, पृ. २६६

तंट्यासंबंधीचे पत्र, ही काही पत्रे संभाजी महाराज कारभारात किती बारकाईने लक्ष घालत होते याचे निदर्शक आहेत, असे म्हटल्यास चुकीचे होणार नाही.११

संभाजी महाराज राज्यकारभारात केवळ दक्षच होते असे नाही, तर त्यांचा कारभार हा प्रागतिक स्वरूपाचा होता, याचे एक उत्कृष्ट उदाहरण म्हणजे त्यांनी आपल्या राज्यात गुलामगिरीच्या प्रथेस घातलेली बंदी! इंग्रजांशी झालेल्या एका करारात संभाजी महाराज म्हणतात : ''इंग्रजांना माझ्या राज्यातील कोणाही माणसास गुलाम किंवा ख्रिश्चन करण्यासाठी विकत घेता येणार नाही.''

या कलमाचे महत्त्व सांगताना प्रसिद्ध इतिहासकार डॉ. खोबरेकर यांनी म्हटले आहे : ''शिवाजी राजाच्या वेळी विकत घेतलेल्या माणसामागे कडक जकात द्यावी लागे; परंतु संभाजीराजे यांनी गुलामाच्या व्यापाराला संपूर्णच बंदी घातली होती, ही लक्षात घेण्यासारखी गोष्ट आहे.''१२

आता बखरकारांनी संभाजी महाराजांच्या राज्यकारभाराचे रंगविलेले चित्र आणि तत्कालीन कागदपत्रांतून उमटणारे कारभाराचे चित्र यातील खरे कोणते असावे, याविषयीचा निर्णय आम्ही वाचकांवर सोपवितो.

◆

---

११. छत्रपती संभाजी स्मारक ग्रंथ, परिशिष्ट क्रमांक ५
१२. कित्ता, पृ. २२९

संभाजी महाराजांची युद्धक्षेत्रातील कामगिरी

संभाजी महाराजांच्या वैयक्तिक शूरत्वाविषयी सर्वांचे एकमत असले तरी राज्यसंरक्षणाच्या कामी त्यांनी केलेल्या कामगिरीविषयी बखरकार व इतिहासकार यांनी भिन्न भिन्न मते प्रतिपादन केलेली आहेत. संभाजीराजांनी व्यसनांच्या नादी लागून राज्यसंरक्षणाच्या कामी दुर्लक्ष केले, असाच सूर बखरकारांनी व त्यांच्या पठडीतील इतिहासकारांनी लावला होत; पण संभाजी-चरित्राची साधने जसजशी उजेडात येऊ लागली तसतसा हा सूर बदलत गेला. संभाजी महाराजांच्या अनेक मोहिमा नव्याने उजेडात आलेल्या आहेत. विशेषत: कर्नाटकातील मोहिमा पुढे आल्या आहेत. त्यावरून त्यांनी स्वराज्याच्या शत्रूशी सतत आठ-नऊ वर्षे कसा अविश्रांत लढा दिला याचे बरेचसे स्पष्ट चित्र आज अभ्यासकांसमोर आहे.

मराठ्यांच्या रणनीतीवर तसा फार कमी अभ्यास झालेला आहे. फार कमी अभ्यासक या विषयाकडे वळलेले आहेत. ले. कर्नल अभ्यंकर त्यापैकी एक होत. त्यांनी म्हटले आहे, ''केवळ नऊ वर्षांच्या अल्पकाळात संभाजी महाराजांनी ज्या चौफेर मोहिमा हाती घेतल्या त्यांचे लष्करीदृष्ट्या मूल्यमापन केल्यास 'एक रणझुंजार युद्धनेता' हीच त्यांची उज्ज्वल प्रतिमा आपल्यापुढे उभी राहते.''१

इतिहासकारांचे आक्षेप

असे असले तरी युद्ध क्षेत्रातील संभाजी महाराजांच्या कामगिरीबद्दल काही इतिहासकारांनी अनेक आक्षेप घेतले आहेत त्याचीही दखल आपण घ्यायला हवी.

१) रियासतकार सरदेसाईंचा आक्षेप : संभाजी महाराजांनी मोगल, सिद्दी व पोर्तुगीज अशा तिन्ही सत्तांशी एकाच वेळी संघर्ष केला. आपल्या अडचणीत एकाशी मिटते घेऊन दुसऱ्यावर चढाई करावी, हा सामान्य रिवाज त्यांस

---

१. छत्रपती संभाजी स्मारक ग्रंथ

उमजला नाही.[२]

२) डॉ. बी. के. आपटे यांचा आक्षेप : सिद्दी किंवा मोगल आरमारास तोंड देण्याइतके सामर्थ्य संभाजीराजांच्या आरमारात नव्हते. मराठा आरमार किनाऱ्यावरचे होते. अशा स्थितीत औरंगजेबाच्या सैन्याशी गनिमी काव्याने लढणे गरजेचे होते. पोर्तुगिजांशी लढाई काढल्याने वेळ वाया गेला व मनुष्यहानीही झाली. संभाजीराजांचे मुख्य सामर्थ्य जमिनीवर होते. त्याचा योग्य उपयोग करून समोरासमोरच्या लढाया टाळून 'हिट अॅन्ड रन' व 'स्कॉचर्ड अर्थ पॉलिसी'(दग्दभू धोरण) याचा अवलंब करणे जरुरीचे होते.[३]

३) आवळसकरांचा आक्षेप : शत्रूच्या प्रदेशात युद्ध करायचे हा युद्धशास्त्राचा पहिला नियम पाळणे संभाजीराजास साधले नाही. संभाजीकालात संभाजीराजे व हंबीरराव असे दोनच सेनानी उरले. त्यामुळे लढायांचा सर्व भार त्या दोघांवरच पडला. हंबीररावाच्या पश्चात संभाजीराजा हाच राजा सेनापती ही भूमिका झाल्याने शत्रूस राजधानीपर्यंत वाटा मोकळ्या झाल्या.[४]

संभाजी महाराज मोगलांशी युद्ध टाळू शकत नव्हते. सिद्दी हा तर शिवाजीकालापासून हल्ले करीतच होता. त्याच्याशी सतत युद्ध चालूच असे. आता तो मोगलांचा चाकर झाला असून, त्याला चेव चढला होता. त्याच्याशी युद्ध अपरिहार्य होते. राहता राहिले पोर्तुगीज; पण त्यांनीच मराठ्यांची प्रथम कुरापत काढली व शत्रुत्व सुरू केले. म्हणून संभाजी महाराजांस त्यांचा समाचार घ्यावा लागला. पोर्तुगिजांवरील लढाईत मराठ्यांची फारशी मनुष्यहानी व द्रव्यहानी झालेली दिसत नाही. उलट साष्ट-बारदेशमधील लुटीत त्यांना द्रव्यलाभ झाला असावा.

स्वराज्यात घुसणाऱ्या मोगली फौजांशी संभाजी महाराजांनी काही लढाया समोरासमोर दिल्या तरी त्यांच्या काळात मराठ्यांच्या लढायांची पद्धती 'हिट अॅन्ड रन'च्या तत्त्वातच बसणारी होती. यालाच मराठ्यांचा 'गनिमी कावा' म्हणतात. ले. कर्नल अभ्यंकरांनी त्यास 'खच्चीकरणाची युद्धनीती' असे म्हटले आहे. त्यांनी या पद्धतीची अनेक उदाहरणे देऊन म्हटले आहे की, संभाजी राजांनी खच्चीकरणाच्या युद्धनीतीची सर्व तत्त्वे प्रत्यक्षात उतरवून मोगली सेनेविरुद्ध यशस्वी कारवाई केली.[५]

आता 'स्कॉचर्ड अर्थ पॉलिसी'विषयी (दग्धभू धोरण) पाहू. संभाजी महाराज आपल्याच ताब्यात असणाऱ्या मुलखात हे दग्धभू धोरण स्वीकारू शकत नव्हते. सततची युद्धे व दुष्काळ यांनी पीडित झालेल्या जनतेस जिथे शत्रूच जाळून-लुटून

२. कित्ता, पृ. ४०-४१
३. कित्ता, पृ. २४५-२४६
४. कित्ता, पृ. ३४२
५. छत्रपती संभाजी स्मारक ग्रंथ, पृ. २५३

नष्ट करीत होता, तिथे या जनतेचे संरक्षण करणे, हे त्यांचे आद्य कर्तव्य होते. तथापि, शत्रूच्या प्रदेशांची जाळपोळ, लुटालूट करणे मराठ्यांच्या युद्धनीतीचे तत्त्व याही वेळी अस्तित्वात होतेच.

संभाजीराजांनी फक्त आपल्या राज्यात घुसलेल्या फौजांशीच युद्ध केले असे नाही, तर राज्याच्या बाहेरही शत्रूच्या प्रदेशांत युद्धक्षेत्र निर्माण केले होते, हे त्यांच्या कालातील मराठ्यांच्या बादशाही प्रदेशावरील मोहिमांकडे पाहिल्यास दिसून येईल. डॉ. कमल गोखल्यांनी आपल्या संभाजी-चरित्रात मोगली प्रदेशातील संगमनेर, अहमदनगर, पारनेर, पेडगाव, टेंभुर्णी, सोलापूर, परिंडा, नळदुर्ग, बीड, खानदेश इ. अनेक प्रदेशांतील मराठ्यांच्या मोहिमांचे वर्णन अखबारांच्या साहाय्याने केले आहे, ते पाहिले तर आवळसकरांचा आक्षेप टिकत नाही.

तसेच संभाजीकालात हंबीररावाशिवाय निळो मोरेश्वर, दादाजी रघुनाथ प्रभू, रुपाजी भोसले, येसाजी कंक, कृष्णाजी कंक, नागो बल्लाळ, नरसोजी भोसले, राणोजी भोसले, म्हालोजी घोरपडे, संताजी घोरपडे, हरजीराजे महाडीक, केसो त्रिमल, गोपाळ दादाजी, संताजी भोसले असे अनेक सेनानी चमकताना दिसतात. एकट्या संभाजीराजाने मोगलांविरुद्धच्या सर्व आघाड्या सांभाळणे शक्य नव्हते. त्यांच्या साहाय्यास असे अनेक सेनानी होते.

गनिमाच्या काय गुमान लागला आहे?

ले. कर्नल अभ्यंकर यांनी संभाजी-चरित्राचा युद्धशास्त्रीयदृष्ट्या अभ्यास करून संभाजी महाराजांच्या लष्करी कामगिरीविषयी काही महत्त्वाचे निष्कर्ष काढले आहेत ते असे :

१) "आपल्या उद्दिष्टांचा सातत्याने पाठपुरावा आणि आक्रमक पवित्रा ही युद्धशास्त्राची दोन महत्त्वाची तत्त्वे संभाजीराजांनी कधीही दृष्टिआड करू दिली नाहीत.

२) युद्धव्यवहाराच्या दृष्टीने पाहताही लढाईची हाताळणी करण्यात संभाजीराजे कुशल होते.

३) सैनिकांचे मनोधैर्य वाढविण्यास त्यांच्यात ईर्षा निर्माण करणे हे सेनानायकांचे कर्तव्य आहे, याचा विसर संभाजीराजांनी पडू दिला नाही.

४) खच्चीकरणाच्या (गनिमी कावा) युद्धनीतीची सर्व तत्त्वे प्रत्यक्षात उतरवून मोगली सेनेविरुद्ध यशस्वी कारवाई होऊ शकते, हे संभाजीराजांनी सिद्ध केले.

५) सन १६८० ते १६८५ लगातार मोगल, सिद्दी व पोर्तुगीज यांच्याविरुद्ध मध्य महाराष्ट्र, उत्तर महाराष्ट्र, कोकणपट्टी व गोवे या प्रदेशांत आक्रमक व बचावात्मक अशी दुहेरी लढत देऊन या सर्व शक्तींना संभाजीराजांनी हैराण केले,

ही बाब युद्धशास्त्रीयदृष्ट्या कौतुकास्पद ठरते."[६]

लष्करी क्षेत्रातील युद्धशास्त्राच्या अभ्यासकाने संभाजी महाराजांच्या युद्धनीतीच्या क्षेत्रातील कामगिरीविषयी काढलेले निष्कर्ष संभाजी-चरित्राच्या अभ्यासकास मार्गदर्शक ठरणारे आणि इतिहासकारांच्या आक्षेपांना चोख उत्तर देणारे आहेत, यात शंका नाही!

या कालात मोगलांशी लढत असता संभाजी महाराज युद्ध प्रयत्नांचे संयोजन किती जिद्दीने करीत होते, याविषयीचे एक महत्त्वाचे पत्र उपलब्ध झालेले आहे. औरंगजेबाने स. १६८३ साली शहाजादा मुअज्जम व शहाबुद्दीनखान यांच्या दोन मोहिमा कोकणात पाठविल्या त्या सुमारचे हे वाई प्रांताच्या देशमुखांना लिहिलेले पत्र आहे.

त्यात ते म्हणतात, "सुलतान माजम व शाबदीखान गनीम दोहोकडून कोकणात उतरला. या प्रसंगे जरी हशमांचे (सैनिकांचे) बहुतच प्रयोजन आहे. याकरिता राजश्री संताजी येमाजी सरमिरा याला नौसंचणी हशामाचा जमाव करावयाबद्दल वर प्रांते पाठविले असे... हे काम म्हणजे बहुत नाजुक आहे. या प्रसंगे जरी हशमाचा पोख्त जमाव जाला तरी गनिमाचा काय गुमान लागला. बुडविलाच जातो..."[७] संभाजी महाराजांच्या उपरोक्त उद्‌गारांवरून त्यांची शत्रूशी लढण्याची जिद्द किती तीव्र होती याचे प्रत्यंतर येते.

युद्धात पराक्रम गाजविणाऱ्या वीर सेनानींचा व सैनिकांचा गौरव करण्याविषयी संभाजी महाराजांचा लौकिक युवराज असतानाच झाला होता. ह्या लौकिकात पुढे त्यांनी भरच टाकल्याचे दिसून येते. त्यासंबंधीचा एक पुरावा खाफीखान देतो तर दुसरा मराठी कागदपत्रांत मिळतो.

खाफीखान सांगतो की, रामसेजच्या बहादूर किल्लेदाराचा त्याच्या पराक्रमाबद्दल मराठा राजाने मानाचा पोशाख, रत्नजडित कडे व रोख रक्कम त्याच्याकडे पाठवून त्याचा गौरव केला.[८] मराठी कागदपत्रांत पोर्तुगिजांवरील मोहिमेत येसाजी कंक व कृष्णाजी कंक या पिता-पुत्रांनी केलेल्या कामगिरीचा संभाजी महाराजांनी बक्षीस देऊन कसा गौरव केला याची कथा मागे आलीच आहे.[९]

लष्करातील असामान्य कामगिरीच्या गौरवाबरोबरच लष्करात शिस्त असली पाहिजे, जो शिस्तीचे पालन करणार नाही त्यास कडक शासन दिले गेले पाहिजे, हा शिवछत्रपतींचा दंडक संभाजी महाराजांकडूनही अमलात आणला जात होता. चिंचवडच्या मोरेश्वर गोसावीच्या देवस्थानास लष्करातील लोकांनी कोणताही त्रास

---

६. छत्रपती संभाजी स्मारक ग्रंथ, पृ. २५१-२५५

७. कित्ता, परिशिष्ट क्रमांक ५, पत्र क्र. ११

८. छत्रपती संभाजी स्मारक ग्रंथ, पृ. ९०

९. कित्ता, परिशिष्ट क्रमांक ५, पत्र क्र. १३

देऊ नये, यासाठी काढलेल्या एका हुकमात संभाजी महाराज म्हणतात,

"मौजे मजकुरी उपद्रव देऊन धामधूम करिता. रयतीकडून गैरसनदी मनास येईल ते मागत होता म्हणोन कळो आले तरी या गावी तुम्हाला धामधूम कराया काय गरज? हे ढंग स्वामीस कैसे मानो पाहतात? याउपरी ही बदराहा वर्तणूक केलीया तुमचा मुलाहिजा होणार नाही. जो धामधूम करील त्याला स्वामी जिवेच मारितील..."[१०] या पत्रात संभाजी महाराजांनी जी कडक भाषा वापरली आहे त्यावरून त्यांच्या कालातील त्यांच्या लष्करी शिस्तीची थोडीबहुत कल्पना येऊ शकते.

आता एक शेवटचा मुद्दा. तो म्हणजे संभाजी महाराजांची कर्नाटकातील लष्करी कामगिरी. हा विषय संभाजी-चरित्रात आजपर्यंत तसा उपेक्षितच राहिला आहे. खुद्द संभाजी महाराजांनी प्रथम स. १६८२मध्ये व नंतर स. १६८६मध्ये अशा दोन स्वाऱ्या कर्नाटक प्रदेशात काढल्याची माहिती मिळते. पहिल्या स्वारीत त्यांनी चिक्कदेवराय या म्हैसूरच्या बलाढ्य राजाचा पराभव करून त्यास तहाची याचना करावयास लावली आणि त्याच्यावर जबर खंडणी बसवली; पण पुढे तहाप्रमाणे खंडणी देण्यास नकार दिल्यामुळे त्यांनी १६८६मध्ये दुसरी स्वारी करून श्रीरंगपट्टणवरच हल्ला चढविला! या वेळी म्हैसूरकरांचा नि:पातच व्हायचा; पण इकडे महाराष्ट्रात मोगली आक्रमणाचे व्यवधान अधिक लागल्याने संभाजी महाराजांना ही मोहीम आवरती घ्यावी लागली.

मराठी राज्याचे संरक्षण

अशा प्रकारे महाराष्ट्रात घुसणाऱ्या मोगली सैन्याशी सामना देत असतानाच संभाजी महाराजांनी कर्नाटकातील मराठी राज्याच्या संरक्षणाची बाजू समर्थपणे सांभाळली. एवढेच नव्हे तर दक्षिणेतील विजापूरकर, गोवळकोंडेकर आणि कर्नाटकातील नायक यांची एकजूट घडवून औरंगजेब बादशहाच्या आक्रमणाचा संयुक्त प्रतिकार करण्याची उपाययोजना केली.

मराठ्यांच्या इतिहासाच्या कानडी साधनांचे एक संशोधक डॉ. के. एन. चिटणीस यांनी संभाजी महाराजांच्या कर्नाटकातील धोरणांविषयी आपले मत देताना असे म्हटले आहे की, संभाजीराजास जर अधिक उसंत मिळती, तर दक्षिणेतील सर्व सत्तांची एकजूट घडवून उत्तरेकडून होणाऱ्या मोगलांच्या हल्ल्यांचा यशस्वी प्रतिकार करण्याची त्यांची दूरदृष्टीची योजना पार पाडण्यात ते यशस्वी झाले असते.[११]

संभाजी महाराजांच्या कर्नाटकातील कामगिरीचे मोल पुढच्या इतिहासाच्या दृष्टीने फार महत्त्वाचे ठरले. त्यांच्या या कामगिरीमुळे कर्नाटकातील मराठी राज्याच्या

१०. कित्ता, परिशिष्ट क्रमांक ५, पत्र क्र. १८

११. छत्रपती संभाजी स्मारक ग्रंथ, पृ. ४८८-४९२

संरक्षणाची फळी मजबूत राहिली आणि त्याचा फायदा त्यांच्या हत्येनंतर निर्माण झालेल्या असाधारण परिस्थितीत राजाराम महाराजांना झाला. त्यांना महाराष्ट्रातून निसटून जिंजीचा आश्रय घ्यावा लागला. त्यामुळे त्यांचे प्राण वाचले. तसेच मराठी राज्याचे अस्तित्वही राहिले.

◆

छत्रपती संभाजी महाराजांची कैद

संभाजी महाराजांच्या चरित्रामधील सर्वांत विलक्षण भाग म्हणजे द. कोकणात संगमेश्वर या ठिकाणी झालेली त्यांची अचानक कैद व त्यानंतर मोगली छावणीत त्यांची झालेली हत्या. संगमेश्वरीची कैद इतकी अनपेक्षित व अकस्मात होती, की सर्व महाराष्ट्र या वार्तेने दिङ्मूढ झाला. मोगल बादशहाला तर सर्व दक्षिण जिंकल्याचा आभास होऊन मोगली लष्करात सर्वत्र विजयाची भावना पसरली.

दक्षिणेत आल्यापासून औरंगजेब बादशहा मराठी राज्यावर चौफेर हल्ले करून ते जिंकून घेण्याचा सतत प्रयत्न करीत होता. मोहिमांमागून मोहिमा पाठवीत होता; पण मराठी राज्य बुडविण्यात त्याला पहिल्या चार-पाच वर्षांत (१६८२-१६८५) यश आले नाही. शेवटी त्याच्या मनाने घेतले की, दक्षिणेतील आदिलशाही व कुतुबशाही ही दोन राज्ये प्रथम जिंकून घ्यावीत. ती नष्ट झाली की त्यांच्याकडून संभाजीराजाला मिळणारी मदतही बंद होईल आणि त्याचबरोबर आपल्या साम्राज्याच्या विस्तारास व सामर्थ्यातही भर पडेल. त्यानंतर संभाजीराजाच्या समाचाराला वळता येईल.

त्याप्रमाणे बादशहाने प्रथम विजापूरची मोहीम हाती घेतली. विजापूरचा इतिहासप्रसिद्ध राजधानीचा किल्ला जिंकून त्याने आदिलशाही सुलतानास कैद केले आणि आदिलशाही राज्य बरखास्त केले - (१२ सप्टें. १६८६). पुढच्या साली (म्हणजे स. १६८७) त्याने गोवळकोंडा घेऊन कुतुबशाही, दक्षिणेतील एक वैभवशाली राज्य नष्ट केले आणि कुतुबशहास कैद करून तो परत फिरला. अवघ्या दोन वर्षांत दोन राज्ये गिळंकृत करून बादशहाने मोठ्या उत्साहाने आपला मोहरा पुन्हा मराठी राज्याकडे वळविला. आता त्याच्या हुकमाने मोगली फौजांनी स्वराज्यावर अनेक दिशांनी आघाडी उघडली.

संभाजी महाराजांच्या नेतृत्वाखाली मराठी फौजा या स्वराज्यात घुसणाऱ्या फौजांशी संघर्ष करू लागल्या. मराठी राज्यावर पुन्हा एकदा मोगली आक्रमणाचा

प्रचंड दबाव निर्माण झाला. या दबावामुळे शिर्के, खेम सावंतासारख्या जहागिरदारांच्या आणि मराठी वतनदारांच्या मनात चलबिचल सुरू झाली. त्यांच्या निष्ठा डळमळू लागल्या.

संभाजी महाराजांची शिर्क्यांवरील मोहीम

स्वराज्य मोगली आक्रमणाच्या भीषण छायेखालून जात असतानाच स्वकीय आणि आप्त मानले गेलेल्या शृंगारपूरच्या शिर्क्यांनी बंडखोरी केली. संभाजी महाराजांना पदच्युत करून शाहूराजांना गादीवर बसविण्याचा कट शिर्क्यांनी केला असण्याची शक्यता बखरीच्या आधारावर इतिहासकारांनी ध्वनित केली आहे.[१]

पण एकट्या शिर्क्यांच्या हातून हे कारस्थान यशस्वी होणे शक्य नव्हते. शिवाय शाहूराजे व येसूबाई रायगडावर व गणोजी शिर्के वगैरे मंडळी इकडे दक्षिण कोकणात शृंगारपूर भागात. हा कट गृहीत धरला तर त्यास राणी येसूबाईचीही संमती होती, असे गृहीत धरावयास पाहिजे; पण वस्तुस्थिती तशी नव्हती.

खरा प्रकार असा दिसतो की, कवि कलश आणि शिर्के यांच्या दरम्यान हे वितुष्ट आले होते. जेधे शकावलीमधील नोंद या दृष्टीने बोलकी आहे. ती म्हणते : "कार्तीक मासी (ऑक्टो.-नोव्हें. १६८८) कवि कलश याजवरी सिरके पारखे जाले... कलश पळोन खिलणियावर (खेळणा) गेला..."[२] खेळण्याच्या परिसरात कवि कलश व शिर्के यांचा झगडा झाला व त्यात शिर्क्यांनी कलशास पळवून लावले; कलश खेळण्यावर आश्रयास गेला अशी ही नोंद म्हणते.

कलशाच्या पराभवाची वार्ता समजताच संभाजी महाराज रायगडावरून धावतच खेळण्याकडे आले व त्यांनी शिर्क्यांशी लढाई करून त्यांना पळवून लावले, अशी दुसरी नोंद सांगते.

या नोंदी शेजारीच आणखीही एक महत्त्वपूर्ण नोंद आहे : "मार्गसीर्ष मासी (नोव्हें.-डिसें. १६८८) संभाजीराजे यांणी कलशाच्या बोले प्रल्हादपंत व सरकारकून व कितेक लोकांस धरले."[३]

या तिन्हीही नोंदी एकाच घटनेशी संबंधित आहेत. दक्षिण कोकणात शिर्क्यांनी उठाव करून कवि कलशाशी जो झगडा केला, त्यामध्ये प्रल्हाद निराजी व इतर सरकारकून यांनी शिर्क्यांना साहाय्य केले असले पाहिजे. कारभारातील कवि कलशाचा उदय व महत्त्व न साहून प्रल्हाद निराजी आदी सरकारकुनांनी त्याचा परस्पर काटा निघाला तर उत्तमच अशा भावनेने शिर्क्यांना मदत केली असावी. संभाजी महाराजांना याची दखल घेऊन त्यांना कैद करावे लागले. औरंगजेबाचे एवढे मोठे संकट

---

१. शिवपुत्र संभाजी, पृ. ४६४

२. शिवचरित्र प्रदीप, पृ. ३४

३. शिवचरित्र प्रदीप

सीमेवर उभे असता, ही शहाणी म्हणवली गेलेली मंडळी असा अंत:स्थ कलह माजवीत होती, हे पाहून आश्चर्य वाटते!

स्वराज्यांतर्गत अशा घडामोडी चालू असतानाच औरंगजेब बादशहाने आपला सरदार मुकर्रबखान ऊर्फ शेख निजाम याला २५ हजारांची जंगी फौज देऊन कोल्हापूर भागात रवाना केले होते. कोल्हापूरच्या पश्चिमेस सह्याद्रीच्या शेवटच्या रांगेतील पन्हाळा किल्ला जिंकून घेण्याचे मुकर्रबखानचे उद्दिष्ट होते. त्या दृष्टीने तो कोल्हापुरास आपली छावणी करून होता.

याच सुमारास पन्हाळ्याच्या पश्चिमेस असणाऱ्या खेळण्याच्या परिसरात संभाजी महाराजांचा शिर्क्यांशी झगडा होऊन त्यात शिर्क्यांचा पराभव झाला. हे शिर्के तेथून पळून मुकर्रबखानाच्या छावणीत आश्रयास आले. कदाचित मोगलांना मिळण्याचे संधान त्यांनी यापूर्वीच बांधलेले असावे.

मुकर्रबखानची संगमेश्वरकडे चढाई

बादशहा औरंगजेबाची हेरयंत्रणा प्रचंड होती. ती सर्व साम्राज्यभर तर पसरली होतीच; पण विशेषकरून युद्धक्षेत्रात ती फार कार्यतत्पर असावी. या यंत्रणेद्वारे बादशहा संभाजी महाराजांच्या सर्व हालचालींवर बारीक नजर ठेवून होता. त्याला असे समजले की, शिर्क्यांच्या पारिपत्यासाठी संभाजीराजाने रायगड सोडला आहे व तो खेळण्याकडे आला आहे. तेव्हा त्याने तातडीने आपल्या वजिरास मुकर्रबखानासाठी म्हणून आदेश पाठविला.

तो असा - "तुम्ही ज्या मुकर्रबखानाला पन्हाळा घ्यावयास पाठविला आहे त्यास तातडीने कळवा की, त्याने ताबडतोब तेथील जहागीरदारावर (संभाजीवर) चालून जावे. तो जहागिरदार रायरीहून एकटाच खेळण्याला गेला आहे. त्याचे जाण्याचे कारण म्हणजे शिर्क्यांशी भांडण देणे आहे. बहुत करून खान त्या जहागिरदाराला (संभाजीला) कैद करू शकेल आणि मुसलमानांची छळणूक करणारा व दुराचारी अशा त्यावर सूड घेईल."[४]

बादशहाचा आदेश मुकर्रबखानाच्या छावणीत पोहोचला की नाही हे समजत नाही; पण त्यापूर्वीच खानाने शिर्क्यांच्या मदतीने संभाजी महाराजांवरील छाप्याची योजना आखली असावी. खाफीखान म्हणतो की, खुद्द खानाने आपले 'विजेसारखे चपळ व खरे बोलणारे' हेर कोल्हापूर भागात सर्वत्र पसरले होते.[५] या हेरांनीच बातमी आणली, की संभाजीराजा खेळण्याहून रायगडाकडे जाण्याच्या इराद्याने निघाला असून, सध्या मार्गात संगमेश्वर या ठिकाणी मुक्काम करून आहे आणि

४. शिवपुत्र संभाजी, पृ. ४६७
५. छत्रपती संभाजी स्मारक ग्रंथ, पृ. ९१

त्याच्याजवळ मोजकेच सैन्य आहे.६

मुकर्रबखान शूर व धाडसी तर होताच; पण युद्धनीतीमध्ये प्रवीण होता. त्याने धाडस करून संभाजीराजावर चालून जायचे ठरविले. या मोहिमेत सर्वांत महत्त्वाची बाब होती, ती म्हणजे खानाच्या सैन्याच्या जलद, अचूक व गुप्त हालचाली. पन्हाळा, खेळणा, मलकापूर इत्यादी ठिकाणी मराठ्यांच्या लहान-मोठ्या सैन्याच्या तुकड्या असणारच. त्यांना वार्ताही न लागता आडवाटेने कूच करून कोल्हापूर ते संगमेश्वर हे ४५ कोसांचे अंतर कापणे म्हणजे सामान्य गोष्ट नव्हती. यामध्ये पंधरा-वीस कोसांचा प्रदेश म्हणजे सह्याद्रीच्या बिकट पर्वत रांगांनी व दऱ्याखोऱ्यांनी वेष्टित झालेला आहे. तेव्हा हा बिकट प्रदेश पार करायचा व यशस्वी होऊन परत यायचे तर सह्याद्रीच्या अरण्यातील आडवाटा माहीत असणे गरजेचे होते. मुकर्रबखान कोणत्या मार्गाने संगमेश्वरावर गेला हे आपण आज सांगू शकत नाही. ले. कर्नल अभ्यंकरांनी कोल्हापूर-मलकापूर-आंबाघाट-संगमेश्वर असा मार्ग टाळून तो कऱ्हाडच्या बाजूने तिवरा घाटातून संगमेश्वरावर गेला असावा असा तर्क केला आहे. तो चुकीचा ठरेल असे नाही; पण आज आपण एवढेच म्हणू शकतो की, खान अशा गुप्त मार्गांनी गेला, की तो ससैन्य संगमेश्वराजवळ येईतोपर्यंत संभाजीराजांस त्याची खबर मिळू शकली नाही. खानाच्या या यशस्वी चढाईमध्ये शिर्क्यांचे 'मार्ग-दर्शन' खात्रीनेच झाले असले पाहिजे; कारण शिर्के त्याच भागातील असल्याने मराठी सैन्यांची ठाणी चुकवून संगमेश्वराकडे जाण्याच्या आडवाटा त्यांच्याशिवाय अन्य कोणास माहीत असतील असे वाटत नाही.

संगमेश्वरावर संभाजी महाराज काय करत होते? मराठी बखरकारांनी महाराजांच्या या मुक्कामीच्या अतिरंजित व कल्पित कथांचा अतिरेकच केला आहे. कोणी संभाजी महाराजांना कबजीच्या नादाने बेहोश बनविले आहे; तर कोणी त्यांना 'रेडे मारून त्याचे रक्तात धोत्रे भिजवून पाणी सिंचून' अनुष्ठानास बसविले आहे! तर कोणी त्यांना दारूच्या कैफात दंग केले आहे!

मनुची आणि ऑर्म या दोघांनी तर कल्पिताची कमालच केली आहे! ते म्हणतात की, कवि कलशाच्या सांगण्यावरून संभाजीराजा कोणा एका सुस्वरूप नववधूला तिच्या मिरवणुकीतून पळवून नेत असता मोगलांच्या लष्करी तुकडीने हल्ला करून त्यास पकडले!७

प्रत्येकाने संभाजीराजाच्या कैदेचा वृत्तांत जेवढा म्हणून रंजक करता येईल तेवढा केला आहे. विशेष म्हणजे या अनुष्ठानाच्या भाकडकथेवर विश्वास ठेवून

---

६. कित्ता, पृ. ९७
७. संभाजी महाराज यांचे विचिकित्सक चरित्र, पृ. ४६१-४६४

प्रा. वसंत कानेटकरांनी या अनुष्ठानातच अडकल्यामुळे राजाचा घात झाला असा निष्कर्ष काढला आहे.[८]

वस्तुस्थिती तशी दिसत नाही. मुकर्रबखान कोल्हापुराहून चालून येत आहे, ही खबरच मुळी संभाजी महाराजांना मिळू शकली नाही आणि जेव्हा ती मिळाली तेव्हा खान संगमेश्वराच्या परिसरात येऊन पोहोचला होता. तो किती अवघड मार्गाने चाल करून आला होता, हे सांगताना साकी मुस्तैदखान लिहितो, ''तो शूर खान कोल्हापुराहून निघाला. वाटा अतिशय अवघड होत्या. दऱ्याही तशाच होत्या. इतक्या भयंकर व संकटपूर्ण वाटा जग फिरलेल्या प्रवाशांना कुठेच दिसल्या नसतील. मुकर्रबखानाने प्राणपणाचा निर्धार केला. स्वाभिमानी अशा निवडक सेवकांना घेऊन तो एल्गार करून आला.''[९]

संभाजी महाराजांची दुर्दैवी कैद

उपलब्ध इतिहासावरून असे दिसते की, संगमेश्वरी संभाजी महाराजांच्या जवळ केवळ ४००/५०० भालाईत स्वार होते. या उलट मुकर्रबखानाजवळ २०००/३००० सैन्य होते.[१०] म्हणजे संभाजी महाराजांपेक्षा खानाजवळ पाच-सहा पट अधिक सैन्य होते. अशा वेळी सोबतच्या भालाईतांच्या तुकडीस शत्रूशी तोंड देण्यास ठेवून संभाजी महाराजांनी तातडीने संगमेश्वराहून पळ काढावयास हवा होता.

'प्रत्येक क्षणी तलवार चालवून भागत नाही. कित्येकदा ढाल रणात फेकून पळ काढावा लागतो.' ही शिवछत्रपतींची रणनीती होती. या रणनीतीनुसारच त्यांनी सिद्दी जोहरच्या वेढ्यातून पलायन केले होते व मार्गात शत्रूच्या सैन्याने पाठलाग करून सापडण्याचा धोका उत्पन्न झाला तेव्हा बहादूर सैनिकांची एक तुकडी बाजीप्रभूंच्या नेतृत्वाखाली खिंड लढविण्यास ठेवून ते विशाळगडावर निसटले होते; कारण या प्रसंगी महाराजांच्या वैयक्तिक शूरत्वापेक्षा त्यांचे प्राण वाचणे महत्त्वाचे होते. हे भान खुद्द महाराजांनी व त्यांच्या सहकाऱ्यांनी राखले.

दुर्दैवाने संगमेश्वरी संभाजीराजांच्या बाबतीत असे भान खुद्द त्यांच्याकडूनच राखले गेले नाही! शत्रू चालून आला हे समजताच 'बेभान' होऊन त्याच्यावर क्षत्रिय बाण्याने ते चालून गेले! चालून येणाऱ्या शत्रूवर बेभान होऊन तुटून पडणे हा संभाजीराजाच्या लष्करी व्यक्तित्वामधील स्थायी भाव होता की काय न कळे; कारण गोव्यावरील मोहिमेत जेव्हा जुवे बेटावर पोर्तुगीज व्हाइसरॉय चालून आला असता त्यांनी त्याच्यावर हल्ला चढवून त्याला पळवून लावले होते, तेव्हा अशाच प्रकारे

---

८. छ. संभाजी स्मारक ग्रंथ, पृ. ४००-४०१

९. कित्ता, पृ. ९७

१०. संभाजी महाराज यांचे विचिकित्सक चरित्र, पृ. ४७७

बेभान होऊन व्हाइसरॉयचा पाठलाग करीत भरती आलेल्या खाडीत त्यांनी आपला दौडता घोडा घातला होता. खाडीत पहुणीस लागलेला घोडा खंडो बल्लाळने उडी घालून वेळीच मागे खेचला, म्हणून राजे वाचले!

संभाजीराजांच्या स्वभावातील हा मनस्वीपणाच संगमेश्वरीच्या शोकांतिकेस कारणीभूत झाला असावा. संगमेश्वरी शिवछत्रपती असते तर ते असे बेभानपणे शत्रूचे सैन्यबल न पाहता त्याच्यावर कधीच तुटून पडले नसते. हाच 'शिवाजी' आणि 'संभाजी' या दोन ऐतिहासिक व्यक्तित्वांमधील मूलभूत फरक आहे. म्हणूनच सुप्रसिद्ध साहित्यिक गो .नी. दांडेकरांनी शिवाजी महाराजांस 'गनिमीकावानिपुण सह्याद्रीपुत्र' म्हटले आहे आणि संभाजीराजाचे वर्णन 'जोहाराच्या आगीत उडी घेणारा राजपूत'' असे केले आहे![११]

मुकर्रबखानाशी महाराजांची लढाई नेमकी कोठे झाली असेल, हे सांगता येत नाही; पण गनीम इतक्या जवळ आल्याची वार्ता समजताच संभाजी महाराज संगमेश्वरातून आपल्या मोजक्या सैन्यासह त्याला तोंड देण्यासाठी बाहेर पडले. गावापासून काही अंतरावर त्यांनी ही लढाई दिली असावी. लढाई तेज झाली. त्यामध्ये मराठा सरनोबत म्हाळोजी घोरपडे व इतर अनेक मराठा सैनिक ठार झाले. मोगलांचे सैन्यबलच इतके होते की, मराठ्यांचा पराभव कितीही शौर्य गाजविले तरी अटळ होता.

लढाईच्या धुंदळीत मराठ्यांची पळापळ सुरू झाली. या पळापळीत संताजी घोरपडे व खंडो बल्लाळ यांसारखे सेवकही वाट दिसेल तिकडे पळाले. कदाचित संभाजीराजे व कवि कलश या दोघांना सुरक्षित वाटणाऱ्या मार्गाने पळावयास सांगून ते दुसऱ्या मार्गाने निघाले असतील. संभाजीराजे नावडी (पेठ संगमेश्वर) या गावी पकडले गेल्याचा एक उल्लेख पेशवे दप्तरात मिळतो.[१२]

नावडी येथे परवापर्यंत समुद्रातून खाडीच्या मार्गाने (नदीच्या मुखाच्या मार्गाने) तारवे येत-जात होती. कदाचित या तारवातून पळून जाण्यासाठी ते बंदरात आले असावेत. तारवात चढून जाणार एवढ्यात ते मोगल सैनिकांकडून पकडले गेले असावेत. अर्थात हे सर्व तर्क आहेत.

साकी मुस्तैदखान, खाफीखान आदी इतिहासकारांनी संभाजी महाराजांना संगमेश्वरातील देवळात अथवा वाड्यात पकडल्याचे म्हटले आहे; पण ते खरे वाटत नाही. लढाईत हार झाल्यावर शेवटी सुरक्षिततेसाठी पळून जाणे हाच श्रेयस्कर मार्ग होता. देवळात अथवा वाड्यात लपून बसणे हा नव्हे.

---

११. छ संभाजी स्मारक ग्रंथ, पृ. ४१५-४१७

१२. पेशवे दप्तर, खंड ३९, ले. १३८

सेतुमाधवराव पगडी यांनी या घटनेस इतिहासातील 'एक आकस्मिक घटना' म्हटले आहे. अशा प्रकारच्या आकस्मिक घटना इतिहासाला दुर्मिळ नाहीत असेही म्हटले आहे.[१३] ले. कर्नल अभ्यंकरांनी युद्धशास्त्रीयदृष्ट्या या घटनेवर मत प्रदर्शित करताना म्हटले आहे की, मुकर्रबखानाच्या कुशल युद्धव्यवहारामुळे (Tactics) संभाजीराजे मोगल सेनेच्या हाती सापडले; मराठी नेतृत्व युद्धव्यवहारात कमी पडले.[१४]

ले. कर्नल अभ्यंकरांचा निष्कर्ष युद्धशास्त्रीय कसोटीवरचा आहे. ४५ कोसांवरून मुकर्रबखान हेरांच्या व फितुरांच्या साहाय्याने गुपचूप चालून येतो आणि त्याची खबर तो संगमेश्वरापर्यंत येईतो लागू शकत नाही, ही खात्रीनेच मराठ्यांची युद्धव्यवहाराची कमजोरी आहे, हे आपणास मान्य करावेच लागेल. इतिहासाला ही कमजोरी मान्य नाही. त्याने त्यासाठी संभाजीराजास क्षमाही केलेली नाही.

संभाजीराजांच्या बाजूने या सर्व प्रकरणात एवढेच म्हणता येईल की, १५/२० कोसांचा सह्याद्रीच्या पर्वतांचा व बिकट अरण्याचा प्रदेश ओलांडून मोगली सैन्य इतक्या आत तळकोकणातील संगमेश्वरावर येईल, असा विचारसुद्धा त्यांच्या मनाला शिवला नसेल. अन्यथा त्यांनी आपल्याबरोबर मोजक्या सैनिकांची एखादीच तुकडी ठेवली नसती. दोन-तीन हजाराचे लष्कर जवळ ठेवणे त्यांना काहीच अवघड नव्हते. असे लष्कर जवळ ठेवण्याची, विशेषत: फंदफितुरीच्या कारवाया वाढलेल्या प्रदेशात ठेवण्याची सावधानता त्यांनी जर दाखविली असती तर पुढचा अनर्थ टळला असत;

पण इतिहासाला 'जर' 'तर' मंजूर नसतात; कारण इतिहासाचा प्रवास अशी वेडीवाकडी वळणे घेतच पुढे गेलेला दिसतो.

संगमेश्वरीचा हा छापा फेब्रुवारीच्या ३/४ तारखेस पडला असावा. जेधे शकावलीमधील "माघ वद्य ७ शुक्रवासरी संभाजीराजे व कविकलश रायगडास जावयास संगमेस्वरास आले असता सेक निजाम दौड करून येऊन उभयेतांस जीवंतच धरून नेले..."[१५] अशी जी १ फेब्रुवारी १६८९ची नोंद आहे ती संभाजीराजे खेळण्याहून निघाल्याची आहे; संगमेश्वरावर पकडले गेल्याची नाही, हा वा. सी. बेंद्रे यांचा तर्क बरोबर आहे. छापा त्यानंतर दोन-तीन दिवसांनी पडलेला दिसतो.

मुकर्रबखान बादशाही छावणीकडे

मुकर्रबखान ज्या वेगाने आला त्याच वेगाने आपला कार्यभाग उरकल्यानंतर

१३. छत्रपती संभाजी स्मारक ग्रंथ, पृ. ११३
१४. कित्ता, पृ. २४९
१५. शिवचरित्र प्रदीप, पृ. ३४-३५

राजबंद्यांना घेऊन बादशहाच्या छावणीकडे निघाला. या वेळी बादशहा अकलूज मुक्कामाहून पेडगाव ऊर्फ बहादुरगड (दौंडजवळ) याकडे छावणीसाठी निघाला होता. मुकर्रबखानास बादशहाच्या कूचेची बातमी असल्याने तो बहादुरगडाच्या रोखानेच गेला. सह्याद्रीच्या प्रदेशातून बाहेर पडण्याचा त्याचा वेगच इतका विलक्षण असावा की, त्याचा पाठलाग कोणीही करू शकले नाही.

साकी मुस्तैदखान म्हणतो, "विजयी मुकर्रबखान हा युक्ती-प्रयुक्तीने त्या मुलखातून बाहेर पडला. आलमगीर बादशहाच्या भाग्याने त्या काफराच्या सहायकांपैकी आणि पाठिराख्यांपैकी कोणीही त्याच्यासाठी काहीही धडपड करू शकले नाही."[१६]

मुकर्रबखानाने संभाजीराजांना व कवि कलशाला संगमेश्वराहून बहादुरगडापर्यंत आणले, तेव्हा वाटेत त्यांना सोडविण्याचा एकही प्रयत्न कसा झाला नाही, याचे अनेक इतिहासतज्ज्ञांना व लेखकांना कोडे पडलेले असून, अनेकांनी आपापल्या परीने तर्क-कुतर्क केलेले आहेत. संभाजी महाराजांच्या तथाकथित वादग्रस्त जीवनाच्या पार्श्वभूमीवर हे कोडे अधिकच गहिरे बनत जाते. तसे ते गहिरे वाटणेही स्वाभाविक आहे.

संगमेश्वरावर संभाजी महाराज पकडले गेले त्या वेळी त्यांच्या सोबत म्हाळोजी घोरपडे, त्यांचे पुत्र संताजी घोरपडे व खंडो बल्लाळ ह्या तीन महत्त्वाच्या व निष्ठावान व्यक्ती होत्या. त्यांच्या स्वामिनिष्ठेविषयी शंका घेण्याचे कारण नाही. मग प्रश्न असा उपस्थित होतो की, या पैकी म्हालोजी रणांगणी ठार झाले, तरी संताजी व खंडो बल्लाळ यांनी राजास सोडविण्याचा प्रयत्न का केला नाही? किंवा आसपासच्या मराठा लष्कराने मुकर्रबखानाचा पाठलाग का केला नाही?

या प्रश्नांचे उत्तर भावनेच्या आहारी जाऊन मिळणार नाही. त्यासाठी संगमेश्वरचे भौगोलिक स्थान, आसपास मराठी सैन्याच्या असू शकणाऱ्या छावण्या, मराठ्यांचे प्रभावक्षेत्र, मोगलांचे प्रभावक्षेत्र, मुकर्रबखानाची परतण्याची गती आणि मराठ्यांच्या संभाव्य पाठलाग करणाऱ्या लष्कराची गती यासारख्या अनेक बाबी लक्षात घ्यावयास पाहिजेत. या संदर्भात तत्कालीन कागदपत्रांत काहीच पुरावा न मिळाल्याने अभ्यासकाच्या हाती तर्काशिवाय काहीही राहत नाही.

आपण असे गृहीत धरू की, संभाजीराजांना पकडल्याचे संताजी व खंडो बल्लाळ यांनी पाहिले होते. अशा परिस्थितीत राजाला सोडविण्यासाठी ते काय करू शकत होते? कारण संगमेश्वरावर राजाच्या जवळ जी लष्करी तुकडी होती ती गारद झाली होती. अशा स्थितीत जवळपासच्या लष्करी तुकडीला ही वार्ता देऊन तिला पाठलागावर पाठविणे एवढेच त्यांच्या हाती होते. आता संगमेश्वराच्या आसपास अशी तुकडी कुठे असू शकेल, याचा विचार करता त्या काळातील महत्त्वाप्रमाणे

---

१६. छत्रपती संभाजी स्मारक ग्रंथ, पृ. ९०

चिपळूण, खेळणा (विशाळगड), मलकापूर, पन्हाळा ही प्रमुख ठिकाणे की जिथे लष्करी तुकड्या होत्या; पण ही सगळी ठिकाणे २०/२५ कोसांहून अधिक दूर होती. या ठिकाणी बातमी पोहोचून तेथील तुकड्यांनी मुकर्रबखानाचा अचूक पाठलाग करणे यासाठी जो अवधी लागला असेल तो या प्रकरणात अतिशय महत्त्वाचा मुद्दा आहे.

दुसरा महत्त्वाचा मुद्दा असा आहे की, सह्याद्रीचा प्रदेश हे मराठ्यांचे प्रभावक्षेत्र आहे. या प्रभावक्षेत्रातच पाठलाग करून संभाजीराजास सोडवावयास हवे होते; कारण सह्याद्री संपला आणि घाटमाथ्यावरचा सपाट प्रदेश सुरू झाला, की मोगलांचे प्रभावक्षेत्र सुरू होत होते. (या वेळी मुकर्रबाखानाच्या घाटमाथ्यापर्यंत २५ हजार फौजेनिशी हालचाली चालू होत्या, हे लक्षात घेतले पाहिजे.) तेव्हा असे दिसते की, या छाप्यातून जी मंडळी निसटली त्यांनी कोकणातील जवळच्या लष्करी तुकडीला पाठलागावर जरी धाडले असले तरी तिच्यात व खानाच्या लष्करात बरेच अंतर पडत गेले. त्याचा फायदा खानास मिळून तो राजबंद्यांसह मळा घाटातून अथवा तिवरा घाटातून कऱ्हाडच्या बाजूवर घाटमाथ्यावर आला.

एकदा का तो घाटमाथ्यावर आला की, त्याची कोल्हापूर छावणीतील फौज त्याला येऊन मिळाली असणार व तशी योजना खानाने पूर्वीच आखली असणार, हे उघड आहे. ही २०/२५ हजारांची फौज घेऊन खान कऱ्हाड - वडूज - दहीवडी - फलटण - बारामती- बहादुरगड अशा मार्गाने बादशाही छावणीत सुखरूप पोहोचला असणार. इकडे पाठलाग विफल झाल्याचे पाहून संताजी व खंडो बल्लाळ निरुपाय होऊन ही दुःखद वार्ता सांगण्यासाठी राजधानीकडे परतले असणार. अर्थात हा सर्व घडलेल्या घटनांचा अभ्यास केल्यानंतरचा तर्क आहे.

◆

छत्रपती संभाजी महाराजांची क्रूर हत्या

संभाजी महाराज बादशाही छावणीत

ज्या दिवशी बादशहाची छावणी बहादुरगडावर पडली त्याच दिवशी मुकर्रबखानाने संभाजी महाराज व कवि कलश यांना बादशहासमोर हजर केले - (१५ फेब्रु. १६८९). तत्पूर्वी बादशाही हुकमाने राजबंद्यांची छावणीच्या बाजारातून धिंड काढून जाहीर विटंबना करण्यात आली. साकी मुस्तैदखान, खाफीखान, ईश्वरदास नागर, मनुची, ऑर्म इत्यादी लेखकांनी या विटंबनेचे सविस्तर वर्णन केले आहे. त्यापैकी साकी मुस्तैदखान हा तर छावणीत या वेळी हजर होता.

तो म्हणतो : ''बादशाही कोप म्हणजे परमेश्वरी कोपाचाच प्रकार होय. बादशहाचा कोप प्रकट झाला. इस्लामला पाठिंबा आणि धर्माचा अभिमान या विचारांनी प्रेरित होऊन बादशहांनी आज्ञा केली की, 'अपयशाच्या आणि भटकेपणाच्या तावडीत सापडलेल्या त्या कैद्याला (संभाजी) लष्करापासून दोन कोसांवरून अंगावर तख्ता कुलाह (इराणमध्ये गुन्हेगाराच्या अंगावर घालीत तसा पोशाख आणि विदूषकासारखी उंच टोकदार लांब टोपी) चढवावे. त्याच्या सहकाऱ्यांच्या अंगावर विदूषकी वस्त्रे घालावी. त्यांना तऱ्हतऱ्हेने पीडा देऊन त्यांची विटंबना करावी. त्यांना उंटावर स्वार करावे आणि ढोल बडवीत आणि शिंगे, कर्णे वाजवीत त्यांना लष्करात आणि दरबारात आणावे, म्हणजे ते दृश्य पाहून इस्लामियांना उत्साह येईल आणि अधर्मियांचे प्राण कंठाशी येतील. संभाजीला आणल्याची आदली रात्र म्हणजे जणू काही 'शबे बारातचा' सणच होता. यात काही अतिशयोक्ती नाही. दुसऱ्या दिवशी आपल्याला जे पाहावयास मिळणार आहे, त्याच्या कल्पनेने कुणालाही रात्रभर झोप आली नाही. दुसरा दिवस म्हणजे जणू काही 'इदेचा सण' होता. मनोरंजक दृश्य पाहावयास मिळेल या कल्पनेने तरुण आणि वृद्ध अत्यंत आनंदित झाले होते. सारांश, मिरवीत मिरवीत वध करण्यास योग्य असलेल्या त्याला (संभाजीला)

लष्करातून धिंड काढून फिरविण्यात आले."[१]

एवढा मोठा विजय परमेश्वराने प्राप्त करून दिल्याचे पाहून बादशहाचे अंत:करण कृतज्ञतेने भरून आले आणि त्याने त्या भावनावेगात सिंहासनावरून उतरून जमिनीवर येऊन, परमेश्वराची प्रार्थना केली! असे खाफीखान व ईश्वरदास नागर हे म्हणतात.[२]

बादशहा असा सिंहासनावरून जमिनीवर आल्याचे पाहताच संभाजी महाराज व कवि कलश यांनी एकमेकांकडे पाहिले. त्या जखडलेल्या अवस्थेतही त्या दोघांनी आपले मनोधैर्य सोडलेले नव्हते. कवि कलश हा शीघ्र कवी होता. त्याने या प्रसंगावर उत्स्फूर्तपणे एक कवन रचून आपल्या धन्याच्या चरणी अर्पण केले –

"यावन रावन की सभा, संभू बंध्यो बजरंग!
लहू लसत सिंदूर सम, खूब खेल्यो रनरंग।
ज्यो रवि छवि लखत ही, खद्योत होत बदरंग।
त्यो तुव तेज निहारी के तखत तज्यो अवरंग।।"

(भावार्थ : रावणाच्या सभेत ज्याप्रमाणे हनुमानाला बांधून आणले होते त्याप्रमाणे संभाजीराजास औरंगजेबासमोर (यावन) उपस्थित करण्यात आले आहे. हनुमानाच्या अंगाला जसा शेंदूर शोभून दिसतो तसे घनघोर युद्धामध्ये रक्ताने माखल्याने, हे राजन, ते तुला शोभून दिसत आहे. ज्याप्रमाणे सूर्याला पाहताच काजव्याचा प्रकाश नाहीसा होतो त्याप्रमाणे तुझे तेज पाहून औरंगजेबाने आपल्या सिंहासनाचा त्याग केला आहे.)[३]

याचवेळी संभाजी महाराजांनी आपल्या ठिकाणी असणाऱ्या बाणेदारपणाचे तेजस्वी दर्शन बादशहाच्या दरबारास घडविले. ईश्वरदास म्हणतो की, बादशहासमोर हजर केल्यावर इखलासखान व हमीदुद्दीनखान या सरदारांनी संभाजीराजास बादशहाला ताजीम (सलामी) देण्यास वारंवार सुचविले; पण त्याचा उपयोग झाला नाही. संभाजी राजा इतका 'गर्विष्ठ' होता की त्याने बादशहासमोर यत्किंचितही मान लवविली नाही![४]

बादशहाने काही क्षण या राजबंद्यांना न्याहाळून छावणीतील कारागृहात धाडले. त्यांच्यावर सक्त पहारा ठेवला गेला. बादशहाने आपल्या मनाचा थांगपत्ता कोणास लागू दिला नव्हता. दरबारातील त्याच्या हितचिंतकांनी त्यास सल्ला दिला , "या कमनशिब्यांना जीवदान द्यावे. त्यांच्या अधिकाऱ्यांच्या हातात किल्ले आहेत. त्यांच्या किल्ल्या मागवून घ्याव्यात आणि किल्ल्यावर बादशाही अधिकारी नेमण्यात यावेत.

---

१. छत्रपती संभाजी स्मारक ग्रंथ, पृ. ९८
२. कित्ता, पृ. ९४, १०३
३. कित्ता, पृ. १८५-१८६
४. छत्रपती संभाजी स्मारक ग्रंथ, पृ. १०३

नंतर त्यांना एका किल्ल्यात आमरण कैदत ठेवण्यात यावे.''[५]

खाफीखानाने या सल्ल्यास 'योग्य मसलत' म्हटले आहे. दोनच दिवसांनी बादशहाने आपला सरदार रुहुल्लाखान यास संभाजीराजाकडे पाठविले. रुहुल्लाखानामार्फत बादशहाने राजास दोनच प्रश्न विचारल्याचे ईश्वरदास सांगतो : ''तुझे खजिने, जडजवाहिर आणि इतर संपत्ती कुठे आहे? बादशाही सरदारांपैकी कोण कोण तुझ्याशी पत्रव्यवहार करून संबंध ठेवीत होते?''[६]

संभाजी महाराजांनी या प्रश्नांची उत्तरे तर दिली नाहीतच; पण ईश्वरदास सांगतो त्याप्रमाणे त्यांनी ''बादशहासंबंधी घाणेरडे शब्द उच्चारले व त्याची निंदा नालस्ती केली. राजा बादशहासंबंधी जे बोलता ते तसेच्या तसे सांगण्याची हिंमत रुहुल्लाखानास झाली नाही; पण त्याने ते बोलणे कशा प्रकारचे होते याचा बादशहाला इशारा दिला.'' यावर बादशहाने आज्ञा केली की, संभाजीच्या डोळ्यांत सळई फिरवून त्याला नवीन दृष्टी द्यावी.[७]

अशा प्रकारे त्याच दिवशी म्हणजे १७ फेब्रु. १६८९ रोजी संभाजी महाराजांचे डोळे तप्त सळ्यांनी बाहेर काढले गेले! खाफीखान सांगतो की, बादशहासंबंधी असभ्य बोलणाऱ्या ''त्या दुष्टांच्या जिभा प्रथम उपटून काढून... नंतर त्यांचे डोळे त्यांच्या मस्तकाच्या पात्रातून बाहेर काढण्यात आले.''[८]

बखरी, ऑर्म वगैरे म्हणतात त्याप्रमाणे बादशहाने धर्मांतराचाही प्रस्ताव संभाजी महाराजांकडे पाठविला असणे शक्य आहे. संभाजीराजा किती स्वाभिमानी व धर्मनिष्ठ आहे हे माहीत असूनही केवळ त्याचा तेजोभंग करण्यासाठी असा प्रस्ताव त्याने पाठविला असणे मनुष्य स्वभावास धरून आहे. अशा प्रकारच्या बादशहाच्या सूचनेला 'तुमची बेटी द्यावी' असे तेवढेच कडवे उत्तर राजांनी रुहुल्लाखानाजवळ बादशहासाठी दिले असावे.

संभाजी महाराजांना पकडल्यापासून त्यांचे काय करायचे हा प्रश्न बादशहास सतावत असावा. बहुधा त्यांना ठार करण्याचाच त्याच्या विचाराचा कल असावा. त्यामुळेच संभाजी महाराजांच्या जाहीर विटंबनेचा हुकूम त्याने पहिल्याच दिवशी दिला असावा; पण त्याचा अंतिम निर्णय झाला असेल तो रुहुल्लाखानाकडून संभाजी महाराजांचा निरोप ऐकल्यानंतर. म्हणूनच त्याने जाहीर केले, की संभाजीचे किल्ले काय अल्प प्रयत्नाने ताब्यात येतील; पण प्रथम ''त्या दुष्टाचा जीवनरूपी वृक्ष ताबडतोब छाटून टाकावा व त्या हलक्या लोकांनी चालविलेल्या उच्छादाचा

---

५. कित्ता, पृ. ९४
६. कित्ता, पृ. १०३
७. कित्ता
८. कित्ता, पृ. ९४

मुळापासून नाश करावा.''[९]

पण बादशहाने संभाजी महाराज व कवि कलश यांना तातडीने ठार केले नाही. त्या दोघांचेही नेत्रहीन व जिव्हाहीन अवस्थेतही भयंकर हालहाल करण्यास त्याने सुरुवात केली. स्वाभिमानी मराठा राजाने डोळे काढल्यापासून जेवणखाण सोडले होते! त्याने काही अन्न सेवन करावे म्हणून पहारेऱ्यांनी पुष्कळ समजाविले; पण त्याचा काहीही उपयोग झाला नाही.[१०]

संभाजी महाराजांची क्रूर हत्या

दरम्यान बादशाही छावणीने बहादुरगड सोडून पुण्याच्या रोखाने कूच केले. ३ मार्च १६८९ रोजी बादशहाने कोरेगाव (पुणे) जवळ छावणी टाकली.

राजबंद्यास मृत्युदंडाची शिक्षा देण्याचा बादशहाचा मनात निर्णय झालेलाच होता; पण त्याने सुरू केलेले हे युद्ध 'धर्मयुद्ध' (जिहाद) असल्याने मुस्लिम धर्मगुरूंच्या आदेशानेच हा दंड त्या 'काफीर' राजबंद्यास तो देऊ इच्छित होता. म्हणून त्याने धर्मगुरूंना बोलावून सांगितले की, काफर संभाजीने मुसलमानांना मारले आहे, अनेकांना बंधनात टाकले आहे, त्यांना विविध प्रकारे पीडित केले आहे, इस्लामी राज्यातील नगरेही त्याने गारद केली आहेत, तेव्हा अशा काफरास जिवंत ठेवण्यापेक्षा त्यास नाहीसा करणे चांगले असे आपले मत आहे!

यावर धर्मगुरूंनी माना डोलविल्या आणि राजबंद्यांच्या मृत्युदंडाचा 'फतवा' बादशहाच्या हाती दिला! आता दरबारातील उमरावही म्हणू लागले, की बादशहाचा निर्णय योग्य आहे; अशा लुटारूला ठार करणे आवश्यकच आहे![११]

बादशहाची छावणी भीमा नदीच्या काठी तुळापुरापासून कोरेगावपर्यंत पाच-सात मैल पसरली होती. याच छावणीच्या कारागृहात राजबंद्यांचा अनन्वित छळ सुरू होता. शेवटी बादशहाच्या हुकमाने संभाजीराजा व कवि कलश यांना छावणीच्या बाहेर नेऊन वढू या गावाच्या रानात तलवारीच्या साहाय्याने ठार मारले गेले - (११ मार्च, १६८९).

मृत्यूनंतरही बादशहाने संभाजी महाराजांविषयी वैरत्वाची भावना सोडली नाही. ईश्वरदास म्हणतो, ''संभाजीच्या शरीराचे तुकडे तुकडे करण्यात आले. त्याचे डोके औरंगाबादेहून बुऱ्हाणपुरापर्यंत मिरविण्यात आले. यानंतर ते दिल्लीला नेण्यात येऊन शहराच्या द्वारावर लटकविण्यात आले.''[१२]

---

९. छत्रपती संभाजी स्मारक ग्रंथ

१०. कित्ता, पृ. १०३

११. कित्ता, पृ. ९९

१२. छत्रपती संभाजी स्मारक ग्रंथ, पृ. १०३

खाफीखान थोडी अधिक माहिती सांगतो, "नरकवासी संभाजी व कवि कलश यांच्या तमाम शरीरात पेंढा भरण्यात आला. दख्खनमधील प्रसिद्ध अशा सर्व शहरांतून व गावांतून ती प्रेते नगारे, कर्णे, शिंगे इत्यादी वाद्यांच्या गजरात मिरविण्यात आली."[१३]

अशा प्रकारे मराठ्यांशी सुरू असलेल्या संघर्षनाट्याचा पहिला अंक संपला. बादशहाला वाटले की, संघर्षनाट्यावर शेवटचा पडदा पडला! पण खाफीखानाने यथार्थ उद्गार काढले आहेत : "परमेश्वरी संकेतच असा होता की, त्या दुष्टांनी सुरू केलेली उच्छादाची मुळे दक्षिणेतून उपटली जाऊ नयेत आणि बादशहाची उरलेली हयात मोहीम करण्यात आणि किल्ले घेण्यातच जावी."[१४]

औरंगजेबाने संभाजीराजास ठार का केले?

औरंगजेब बादशहाने संभाजी महाराजांचा असा अनन्वित छळ करून त्यांना ठार का मारावे, या प्रश्नाचा शोध घेणे उद्बोधक ठरावे. संभाजी महाराजांना पकडण्यापूर्वी त्याने दक्षिणेतील दोन शाह्या जिंकल्या होत्या व त्या शाह्यांच्या पदच्युत सुलतानांना त्याने आपल्या दरबारात सन्मानाने वागविले होते.

विजापूरचा किल्ला जिंकल्यानंतर, सिकंदर आदिलशहाला कैद करून जेव्हा त्याला बादशहासमोर हजर केले गेले तेव्हा बादशहाने त्याला आपल्या दरबारात आपल्या उजव्या बाजूस शहाजादा मुइजुद्दीनच्या (नातू) शेजारी आसनावर बसवून त्यास मानाची वस्त्रे व आभूषणे देऊन मोठा सन्मान केला होता आणि म्हटले होते : "परमेश्वराची तुझ्यावर कृपा राहो. तू शहाण्यासारखा वागला आहेस. (तू शरण आल्याने) तुझ्या हिताचीच गोष्ट केली आहेस. माझ्या कृपेने व बक्षिसाने तू महत्पदास जाशील! आता मन शांत ठेव!"[१५]

मग बादशहाने मराठ्यांच्या या राजासच अशी क्रूर व अमानुष वागणूक का दिली असावी? संभाजीराजा हा 'काफरांचा राजा' होता; त्याने अनेक इस्लामियांना ठार केले; इस्लामी राज्यातील अनेक नगरे गारद केली इत्यादी बादशहाने त्यांच्यावर ठेवलेले सर्व आरोप सत्य असले तरी ते केवळ 'तांत्रिक' स्वरूपाचे होते.

मराठी राज्याची सेवा करीत असता अनेक इस्लामी नगरे गारद करणारे व अनेक इस्लामियांना ठार करणारे मराठी सरदार जेव्हा फितूर होऊन मोगलांना मिळत व बादशाही दरबारामध्ये मनसबीच्या कृपेसाठी हजर राहत तेव्हा बादशहास असे कधी वाटले नाही की, हे आरोप त्यांच्यावरही करावेत व त्यांना ठार करून टाकावे!

---

१३. कित्ता, पृ. ९४-९५

१४. कित्ता, पृ. ९४

१५. History of Aurangzib, V. IV, p.279

अशा फितूर झालेल्या शेकडो मराठ्यांची उदाहरणे मोगल दरबारच्या अखबारामध्ये पानापानावर आढळतात. याचा अर्थ एवढाच की संभाजीराजास ठार करण्यामागे बादशहाच्या मनात वेगळे विचार थैमान घालत होते. ते असे :

सर जदुनाथ सरकारांनी आपल्या 'History of Aurangzib' या सुप्रसिद्ध ग्रंथात औरंगजेब बादशहाचे मृत्युपत्र छापले आहे. त्यामध्ये पश्चात्तापदग्ध झालेल्या औरंगजेबाने आपल्या पुत्रांसाठी आपली शेवटची इच्छा म्हणून बारा आदेश नमूद केले आहेत. त्यातील शेवटचा पण अतिशय महत्त्वाचा आदेश पुढीलप्रमाणे आहे -

'The main pillar of government is to be well informed in the news of the kingdom. Negligence for a single moment becomes the cause of disgrace for long years. The escape of the wretch Shiva took place through my carelessness, and I have to labour hard against the Marathas to the end of my life, as the result of it.'[१६]

(भावार्थ - कोणाही राज्यप्रमुखाने राज्यात चालणाऱ्या घडामोडींची बित्तंबातमी राखली पाहिजे. या बाबतीत क्षणभराचे दुर्लक्ष आयुष्यभर पस्तावा करावयास लावते. माझ्या हलगर्जीपणामुळे तो दुष्ट शिवा (शिवाजी) कैदेतून निसटला आणि त्याचा परिणाम म्हणून मला आयुष्याच्या अखेरीपर्यंत मराठ्यांशी संघर्ष करण्यासाठी जिवाचे रान करावे लागले.)

शिवाजी महाराज आग्र्याच्या कैदेत असतानाच त्यास आपण ठार करायला हवे होते, ही आपली फार मोठी चूक झाली; किंचितशा हलगर्जीपणामुळे पुढे आयुष्यभर मराठ्यांशी झगडण्याचा प्रसंग आपल्यावर आला, याचा पश्चात्ताप बादशहाच्या मनाला सतत होत होता. आयुष्याच्या अंतापर्यंत पश्चात्तापाच्या या विचाराने त्याची पाठ सोडलेली नव्हती. इथेच त्याने संभाजीराजास जीवदान का दिले नाही, याचे स्पष्टीकरण मिळते. संभाजीराजा हाती आल्यावर त्याने हाच विचार केला की, हा संभाजी दोन वेळा आपल्या तावडीतून सुटला आहे. तिसऱ्यांदा सुटण्यापूर्वी त्याला ठार केले पाहिजे.

साकी मुस्तैदखानाने यासारखेच बादशहाचे विचार दिले आहेत : "तो दुष्ट, वचन न पाळणारा होता. बादशहा म्हणजे परमेश्वरी कृपा प्रकट करणारे होत. त्यांनी संभाजीवर पूर्वी कृपा केली होती; पण तिची कदर त्याने ओळखली नाही. एकदा तो आपल्या दुष्ट बापाबरोबर बादशहाच्या दरबारातून आणि फिरून एकदा दिलेरखानाच्या जवळून लबाडीने व बंड करण्याच्या उद्देशाने पळून गेला होता. (म्हणून) त्याच रात्री

१६. History of Aurangzib, Vol. V, p.216

त्या निर्बुद्ध माणसाचे (संभाजीचे) डोळे काढण्यात आले. दुसऱ्या दिवशी कवि कलशाची दुष्ट जीभ उपटण्यात आली.''[१७]

संभाजीराजा कैदेतून पळून जाऊ नये म्हणून तातडीने त्याचे डोळे बादशहाने काढले; पण लगेच ठार केले नाही; कारण त्याला त्यांचा छळ करायचा होता.

संभाजीराजाच्या हत्येस खुद्द त्यांचे बादशहाच्या दरबारातील बाणेदार वर्तनही तितकेच कारणीभूत होते. दरबारातील अधिकाऱ्यांनी वारंवार समजावून सांगूनसुद्धा संभाजीराजांनी बादशहासमोर यत्किंचितही मान न लववावी, हा बादशहाच्या दृष्टीतून घोर अपराध होता. अखिल हिंदुस्थानचा स्वामी, मोगल पातशहा आलमगीर औरंगजेब याच्या सिंहासनाची ती अप्रतिष्ठा होती! अशा प्रकारचे 'दुस्साहस' हिंदुस्थानात कोणाही राजाने आतापर्यंत दाखविले नव्हते! या 'दुस्साहसाचा' परिणाम एकच होता. तो म्हणजे कठोर मृत्युदंड!

◆

१७. छत्रपती सभाजी स्मारक ग्रंथ, पृ. ९९

छ. संभाजी महाराजांचे इतिहासातील स्थान

सुमारे १०० वर्षांपूर्वी आपल्या 'Rise of the Maratha Power' या ग्रंथात संभाजी महाराजांच्या कारकिर्दीचे वर्णन करताना न्या. महादेव गोविंद रानडे यांनी म्हटले होते : "It is useless to enter into a detailed account of Sambhaji's reign, for Sambhaji never can be said to have ruled the country."[१] (ज्याने आपल्या प्रदेशावर कधी राज्यच केले नाही, अशा संभाजीराजाच्या कारकिर्दीचा तपशील समजून घेणे म्हणजे वृथा शिणणे आहे!) शंभर वर्षांपूर्वीचे न्या. रानड्यांचे हे मूल्यमापन डफ, बखरी व शत्रू पक्षाची साधने यावर आधारित होते.

त्यानंतर महाराष्ट्राच्या कृष्णा-गोदावरीच्या पात्रांतून खूपच पाणी वाहून गेले आहे! शेकडो मराठी कागदपत्रे उजेडात आली आहेत. त्यावरून संशोधित नवी संभाजी-चरित्रेही रचली गेली आहेत. आज मराठ्यांच्या इतिहासातील छत्रपती संभाजी महाराजांची कारकीर्द ही मराठ्यांच्या स्वातंत्र्ययुद्धाच्या कालखंडातील एक तेजस्वी पर्व मानले जाते आहे.

प्रत्यक्ष औरंगजेबाशी संघर्ष

संभाजी महाराजांच्या कामगिरीचे सर्वांत महत्त्वाचे वैशिष्ट्य म्हणजे त्यांनी प्रत्यक्ष औरंगजेब बादशहाशी दिलेला आठ-नऊ वर्षांचा लष्करी संघर्ष. शिवाजी महाराजांनाही मोगलांशी संघर्ष करावा लागला होता; पण त्यांनी जो लढा दिला तो शाहिस्तेखान, जसवंतसिंग, जयसिंग, बहादुरखान, दिलेरखान इत्यादी औरंगजेबाने दक्षिणेत पाठविलेल्या त्याच्या सरदारांशी. बादशहा औरंगजेबाची स्वारी शिवाजी महाराजांवर झाली नाही. याउलट संभाजी महाराज रायगडावर सिंहासनाधिष्ठित झाल्यावर थोड्याच कालावधीत त्यांना प्रत्यक्ष औरंगजेबाच्या स्वारीशी सामना

---

१. Rise of the Maratha Power, p.78

करण्याचा प्रसंग आला. शिवाजी महाराजांच्या मृत्यूच्या वेळी मराठ्यांचा मोगलांशी संघर्ष चालू होताच, पण हा संघर्ष प्रत्यक्ष बादशहा दक्षिणेत उतरल्याने अधिक तीव्र बनला. मोगल-मराठा संघर्षाचे रंग बादशहाच्या अस्तित्वाने अधिक गहिरे बनले.

दक्षिणेत मराठी राज्यावर बादशाही सरदार चालून येणे व प्रत्यक्ष बादशहा चालून येणे यात मोठा फरक होता. बादशहाने पाठविलेला सरदार, यशस्वी होवो अगर अपेशी ठरो, त्याला केव्हा तरी परत फिरण्याचा हुकूम मिळत असे; पण प्रत्यक्ष बादशहाच दक्षिणेत मराठ्यांचे राज्य बुडविण्याच्या इराद्याने उतरल्यानंतर त्याला परत फिरविण्याचे फर्मान कोणी धाडायचे? बादशहा यशस्वी झाल्याशिवाय, म्हणजे मराठी राज्य बुडविल्याशिवाय, परत जाऊ शकत नव्हता. दक्षिणेच्या मोहिमेतील अपेशी बादशहा, मराठ्यांकडून हतबल झालेला बादशहा, म्हणून तो दिल्लीला परतू शकत नव्हता. तसे परतणे म्हणजे त्याच्या साम्राज्य-सत्तेच्या प्रतिष्ठेवर त्याने आपणहून निखारा ठेवल्यासारखे होणार होते. मोगल-मराठा युद्ध संभाजीराजाच्या मृत्यूनंतरही मोगलांच्या बाजूने का समाप्त होऊ शकले नाही, याचे रहस्य या बादशहाच्या प्रतिष्ठेच्या संरक्षणाच्या हेतूत होते.

पण जेव्हा स. १६८१ साली बादशहा आपल्या पुत्राच्या पाठलागावर दक्षिणेत आला त्या वेळी त्याची मनोभूमिका मोठी उत्साहाची होती. प्रचंड आत्मविश्वास बाळगून तो आला होता. आपल्या प्रचंड लष्करी बळापुढे मराठी सत्ता हां हां म्हणता चिरडून जाईल अशी त्यास घमेंड होती. आणि त्याचा हा आत्मविश्वास किंवा घमेंड अनाठायी होती असे नाही. आपल्या प्रचंड फौजफाट्यासह तो जेव्हा दक्षिणेत उतरला तेव्हा मराठे सोडून दक्षिणेतील सर्व सत्ता भयचकित होऊन धास्तावून गेल्या होत्या.

रियासतकार सरदेसाईंनी म्हटले आहे की, या समयी बादशहाची तयारी एवढी दांडगी होती की जणू काय हा आता समग्र पृथ्वी पादाक्रांत करणार अशीच सर्वत्र समजूत झाली! अशा परिस्थितीत गर्भगळित झाला नाही तो मराठ्यांचा राजा - छत्रपती संभाजी. 'गनिमाचा काय गुमान लागला? बुडविलाच जातो' या आत्मविश्वासाने तो औरंगजेबाशी दोन हात करण्याची सिद्धता करू लागला!

अनेक आघाड्यांवर संघर्ष

संभाजी महाराजांच्या इतिहासातील कामगिरीचे दुसरे वैशिष्ट्य असे की, त्यांना आपल्या कारकिर्दीत एकट्या मोगलांशीच संघर्ष करावा लागला असे नाही; तर सिद्दी आणि पोर्तुगीज या दोन प्रबळ आरमारी सत्तांशीही त्यांना झुंज द्यावी लागली.

स. १६८२ ते १६८४ या कालातील संभाजी महाराजांच्या हालचाली पाहिल्या तर असे दिसून येते की, हा मराठ्यांचा राजा स्वराज्यात घुसणाऱ्या मोगली

फौजांशी लढत असतानाच या दोन शत्रूंशीही संघर्ष करतो आहे. अशा प्रकारे तिन्ही शत्रूंशी लढत असता, त्याच्या पराक्रमाचे कौतुक करण्याऐवजी काही इतिहासकारांनी या तीन सत्तांशी लढा सुरू केल्याबद्दल संभाजी महाराजांवरच ठपका ठेवला आहे; पण त्यात काही तथ्य नाही; कारण या तिन्ही सत्तांनीच आपणहून संभाजीराजांशी शत्रुत्व सुरू केले होते. तेव्हा अशा शत्रूंवर स्वाऱ्या करून त्यांना शिक्षा करणे, हे राजा म्हणून संभाजीराजाचे आद्य कर्तव्य होते.

इतिहास असे सांगतो की, उपरोक्त कालखंडात या तिन्ही सत्तांशी संभाजी महाराजांनी यशस्वीपणे लढा दिला. भले सिद्दींची दंडराजापुरी अथवा पोर्तुगिजांचा गोवा घेण्याइतपत त्यांना दुर्दैवाने फुरसत मिळाली नसेल; पण या दोन्ही शत्रूंवर त्यांनी आपल्या पराक्रमाने जबरदस्त दहशत बसविली होती, हे अमान्य करता येईल काय? पोर्तुगीज व्हाइसरॉयने तर आपली गोव्याची राजधानीच उठवून मुरगाव बंदरात नेण्याचा निर्णय संभाजी महाराजांच्या दहशतीपोटी घेतला होता! दहशतीपोटीच ते मराठ्यांच्या या राजाला सार्वभौम पातशहासारखा मानमरातब देऊ लागले. १७ व्या शतकातील हिंदुस्थानच्या इतिहासात कोणाही हिंदी सत्तेला अभिमान वाटावा अशी ही घटना आहे!

उपरोक्त तिन्ही सत्तांशी लढत असता, त्यातील मोगलांशी जो संघर्ष चालू होता, त्या आघाडीवर संभाजी महाराज कमी पडले का, या प्रश्नाचे उत्तर शोधू पाहता असे दिसते की, ते या आघाडीवरही कमी पडले तर नाहीच, उलट बादशाही फौजांना व बादशहाला त्यांनी त्राही भगवान करून सोडले. खुद्द बादशहा तर संभाजी महाराजांच्या प्रखर प्रतिकाराने इतका संतापून गेला की, त्याला आपली पगडी रागाच्या भरात जमिनीवर आपटून फेकून द्यावी लागली आणि संभाजीचा नायनाट केल्यावरच ती धारण करीन अशी घनघोर प्रतिज्ञाही त्याला करावी लागली!

म्हणूनच खाफीखानाने संभाजी महाराजांच्या या पराक्रमाकडे पाहून उद्‌गार काढले आहेत, की संभाजीराजा शिवाजीराजापेक्षा औरंगजेब बादशहाला दहापटीने तापदायक शत्रू ठरला!

यामुळेच संभाजीराजाचा सहजासहजी पाडाव होणे शक्य नाही, हे पाहून बादशहाने स. १६८६ साली विजापूरची आदिलशाही जिंकण्यासाठी महाराष्ट्रातून काढता पाय घेतला. आदिलशाही-कुतुबशाही जिंकणे त्याच्या दृष्टीने मराठेशाही जिंकण्यापेक्षा कितीतरी पटीने सोपे होते. आणि खरोखरच एकेका वर्षात आदिलशाही-कुतुबशाही ह्या पुरातन सत्ता एखाद्या मदमस्त हत्तीने धडक द्यावी त्याप्रमाणे प्रहार करून त्याने जमीनदोस्त केल्या! पण त्यापूर्वी सतत चार वर्षे प्रयत्नांची शिकस्त करूनही शिवछत्रपतींची मराठेशाही त्याला जिंकून घेता आली नव्हती, हा शिवपुत्र संभाजीराजाचा पराक्रम सामान्य म्हणावा की काय?

स्वराज्याच्या घरच्या आघाडीवर जीवघेण्या कटकारस्थानांचा सुळसुळाट झाला असतानाही, अशा प्रकारचा पराक्रम संभाजी महाराजांनी करून दाखविला हे ध्यानी घेतल्यानंतर त्यांच्या या काळातील कामगिरीचे मोल अनेक पटीने वाढल्याशिवाय राहत नाही. ज्यांनी त्यांना गादीवर येण्यास विरोध केला, ज्यांचे राजद्रोही गुन्हे त्यांनी क्षम्य केले, एवढेच नव्हे तर ज्यांना त्यांनी पुन्हा सन्मानाने स्वराज्याच्या सेवेत घेतले, त्यांनीच संभाजी महाराजांच्या जीवावर उठावे, ही हिंदवी स्वराज्याची मोठी शोकांतिका होती. ज्यांच्या मांडीचे उसे करून राजाने निर्धास्तपणे राहावे, त्यांनीच त्याचा गळा कापण्याचा उद्योग करावा, ही गोष्ट अनाकलनीय आहे!

तेव्हा राजाने अशा राजद्रोह्यांना कठोर शिक्षा केल्या तर त्याच्यावर शिवाजी महाराजांनी निर्माण केलेली कर्तबगार माणसे नाहीसे केल्याचा इतिहासकारांनी आरोप करावा, हे त्याहून अधिक अनाकलनीय आहे! घरच्या आघाडीवर असे कारस्थानी लोक वेळोवेळी कृष्ण कारवाया करीत असता संभाजी महाराज एकाच वेळी सीमेवर तीन-तीन शत्रूंशी संघर्ष करीत होते, हे पाहिल्यावर त्यांच्या कर्तबगारीबद्दल अचंबा वाटू लागतो!

संभाजी महाराजांचे आगळे व्यक्तिमत्त्व

या राजाच्या ठिकाणी असे कोणते गुण होते की, ज्यांच्या बळावर त्याने हा अचंबा वाटावा असा पराक्रम करून दाखविला; या प्रश्नाचा अचूक वेध सेतुमाधवरावांनी घेतला आहे. ते म्हणतात : ''अशा वेळी संभाजीराजांचे धैर्य, साहस, राजकारणात लागणारा कठोरपणा इत्यादी गुणांचा डोळे दिपवून टाकणारा आविष्कार घडला. साहस या एकाच गुणाच्या आधारे बाकीचे गुण मनुष्यात वसत असतात. साहस नसल्यास बाकीचे गुण मातिमोल होतात. साहस हा गुण संभाजीराजांमध्ये होता म्हणून मराठी राज्य त्या अवघड परिस्थितीतही टिकून राहिले.''[२]

अशा परिस्थितीत मराठी बखरकार, खाफीखान, मनुची, रॉबर्ट ऑर्म इत्यादींनी संभाजी महाराजांच्या व्यसनाधीनतेविषयीच्या, विशेषत: त्यांच्या 'मदिरा व मदिराक्षी' यांच्याविषयी, ज्या कथा दिल्या आहेत त्या राजाच्या पराक्रमाच्या, उद्योगीपणाच्या आविष्काराच्या पार्श्वभूमीवर टिकू शकत नाहीत. संभाजी महाराजांच्या चारित्र्यावर आरोप करणाऱ्या दंतकथांची चिकित्सा शास्त्रीय दृष्टीने केल्यास त्याही ह्या कसोटीवर टिकू शकत नाहीत. ज्यांना संभाजीराजाचे विलासी अथवा इष्काचे जीवन रंगवायचे असेल (खरे तर राजाची दुर्वर्तनी प्रतिमा मोडायची असेल) त्यांना या दंतकथांचा निश्चितच उपयोग होऊ शकतो, हे कबूल करावे लागेल; पण अशा लेखकांना

२. छत्रपती सभाजी स्मारक ग्रंथ, पृ. १०८

निखळ शास्त्रीय पुराव्याच्या आधारे इतिहासाचा शोध घेणाऱ्या संशोधकाची भूमिका बजावता येणार नाही!

'शिवछत्रपती' व 'संभाजी छत्रपती' या दोन राजांमधील व्यक्तित्वाचा फरक आपण समजून घेतला पाहिजे. शिवाजी महाराजांच्या जीवनामध्ये 'विलासा'ला स्थान नाही. संभाजी महाराजांच्या जीवनामध्ये विलासाला स्थान आहे. शिवाजी महाराजांच्या व्यक्तित्वात 'शृंगार' रसाचा वावर कुठे दिसत नाही. संभाजी राजा शृंगार-शास्त्राची चिकित्सा करणारा, 'नायिकाभेद', 'नखशिख' असे ग्रंथ रचून स्त्री-सौंदर्याचे रसग्रहण करणारा कवी मनाचा रसिक राजा आहे;

पण म्हणून संभाजीराजाच्या जीवनातील या 'विलासाचा' अथवा 'शृंगाराचा' एवढा बाऊ करण्याचे कारण नाही. उलट पराक्रमी व्यक्तीच्या जीवनामधील शृंगार हे दूषण न ठरता भूषण ठरते, असा एक वेगळा दृष्टिकोन सुप्रसिद्ध हिंदी साहित्यिक डॉ. कृष्णा दिवाकरांनी मांडलेला दिसतो.[३] वास्तविक मध्ययुगीन राजेरजवाड्यांच्या विलासांच्या इतिहासाच्या पार्श्वभूमीवर संभाजीराजाचे हे तथाकथित विलासी जीवन हा चर्चा करण्याचाही विषय होऊ शकत नाही. तरी तो होतो याचे कारण शिवछत्रपतींची मऱ्हाटमोळी-स्पार्टन साधेपणाची – कारकीर्द त्यांना निकटची पार्श्वभूमी म्हणून लाभली, म्हणून.

डॉ. कृष्ण दिवाकर यांनी संभाजी महाराजांच्या व्यक्तित्वाच्या एका आगळ्या पैलूचे – साहित्यिक पैलूचे – दर्शन घडविले आहे. त्यांनी संभाजी महाराजांच्या चार ग्रंथांची चर्चा केली आहे. त्यापैकी 'बुधभूषण' हा ग्रंथ राजनीतीवर आहे; 'नायिकाभेद' आणि 'नखशिख' हे ग्रंथ शृंगारशास्त्रावर आहेत आणि चौथा ग्रंथ – 'सातसतक' – हा अध्यात्मावर आहे. या चार ग्रंथांच्या परिशीलनानंतर राजनीतिज्ञ संभाजी, रसिक संभाजी व अध्यात्मवादी संभाजी अशा त्यांच्या व्यक्तित्वाची भिन-भिन्न दर्शने घडतात; आणि मग ऐतिहासिक संभाजीच्या एकूण व्यक्तित्वाची गहराई आणखी वाढते.

शृंगारशास्त्रात नायिकांचे नखशिखान्त वर्णन करणारा हा राजा 'सातसतक'मध्ये ईश्वराची आळवणी करताना म्हणतो –

"संभराज कहै मेरी पति तुअ हाथ रहे ।
मेरे मन इहै तुम बिन लगावै तीर ।"

(हे परमेश्वरा, माझी पत तुझ्याच हातात आहे. तुझ्याविना माझे मन या जगात परतीराला कसे लागेल?)

"सुंभ कहै सुनि दीन दयाल सो ।
मेरी हँसी भए तेरी हँसी है ।"

---

३. कित्ता, पृ. ४६५

(दीनांवर दया करणाऱ्या हे भगवंता, ऐक, माझी फजिती झाली तर त्यात तुझीही फजिती आहे.)[४]

जीवनाच्या अंतिम क्षणी शरीरावर व मनावर भयंकर आघात होत असतानासुद्धा स्थितप्रज्ञाच्या आत्मिक बलाने संभाजीराजा संकटाशी मुकाबला करू शकला, याचे कोडे त्याच्या व्यक्तित्वाच्या या अध्यात्मवादी शक्तीच्या आविष्काराने सुटू शकते.

व्यसनाधीन माणूस एवढ्या प्रचंड आत्मिक बलाने उभा राहूच शकत नाही; कारण व्यसन हे केवळ शरीरच नव्हे तर मनही दुबळे बनवत असते. इथे तर हा राजा कैदेतील अन्नसेवनास नकार देऊन मृत्यूला आव्हान देणाऱ्या प्रायोपवेशनास बसलेल्या योग्याप्रमाणे भासतो! राजधानीतील वैभवशाली प्रासादात ज्यांचा जन्म झाला, ज्यांनी आपले जीवन रंगमहालातील विलासातच खर्च केले, आपल्या सरदारांनी केलेल्या पराक्रमाच्या कथा दरबारात ऐकण्यातच ज्यांना धन्यता वाटली, अशा विजापूरच्या सिकंदर आदिलशहाला काय, अगर गोवळकोंड्याच्या अबुल हसन कुतुबशहाला काय, आपली सिंहासने नष्ट झाल्यावर आपले हात रुमालाने बांधून मोगल दरबारात बादशहा औरंगजेबाच्या चरणी लीन होण्यात व कृपाळू बादशहाच्या दयेची याचना करण्यात फारसे कठीण गेले नाही;

पण सह्याद्रीच्या कुशीत जन्मलेल्या, मऱ्हाठी संस्कृतीत व हिंदवी स्वातंत्र्यात वाढलेल्या ह्या मराठी राजास मात्र बादशहासमोर किंचितही मान लवविणे अशक्यप्राय गोष्ट वाटली. कारागृहात हीनावस्थेत जगण्यापेक्षा हुतात्म्याचा दिव्य मृत्यू त्यास प्राणसखा वाटल्यास नवल नव्हते. संभाजीराजाच्या ठिकाणी कोणीही सामान्य राजा असता तर त्याने बादशहासमोर शरणागत होऊन, प्रसंगी धर्मांतर करूनसुद्धा, आपला जीव वाचविला असता. आपद्धर्म म्हणून त्याला कोणी फारसे दोषीही ठरविले नसते!

मराठी बाण्याचे तेजस्वी दर्शन

बहादुरगडाच्या छावणीत बादशहाच्या दरबारात पेश केल्यावर, वयाच्या आठव्या/नवव्या वर्षी संभाजीराजाला, आपल्या पित्याबरोबर झालेल्या आग्र्याच्या दरबाराच्या दर्शनाची खात्रीने आठवण झाली असावी; त्याचबरोबर त्याला आपल्या पित्याचे भर दरबारातील तेजस्वी उद्गार 'मी हा अपमान सहन करणार नाही, मृत्यू आला तरी बेहत्तर!' यांचीही आठवण झाली असेल. दक्षिणेतून आलेल्या या मराठी राजाच्या बाणेदार वर्तनाने आग्र्याचा सर्व दरबार स्तिमित झाला होता! त्या शिवाजीराजांचे आपण पुत्र आहोत, ही स्वतःची खरी ओळख संभाजीराजे विसरले नव्हते, हेच खरे.

---

४. छत्रपती संभाजी स्मारक ग्रंथ, पृ. ४७२

अन्यथा त्यांच्याकडून 'आत्मतेजा'चा असा आविष्कार घडणे शक्य नव्हते!

आग्र्याच्या दरबारात शिवप्रभूंनी घडविलेले मराठी बाण्याचे तेजस्वी दर्शन व बहादुरगडच्या छावणीच्या दरबारात संभाजीराजाने घडविलेले मराठी स्वाभिमानाचे विलक्षण दर्शन हा आमच्या मराठी संस्कृतीचा फार अमोल असा ठेवा आहे. आम्ही मराठे केवळ पराक्रमी व शूरच नव्हे तर स्वाभिमानी आहोत, हे या 'शिवाजी-संभाजी' च्या ऐतिहासिक वारशाच्या बळावर म्हणत असतो. प्रत्येक मराठी माणसाने मराठी इतिहासातील ही 'दर्शने' निरंतर हृदयात बाळगावी अशीच आहेत.

हुतात्म्याचे कार्य मरणाने संपत नाही. खरे तर त्याचे कार्य मरणानंतरच सुरू होते; कारण आपल्या बलिदानाने तो आपल्या लाखो देशबांधवांना स्वातंत्र्याच्या लढ्यासाठी चेतना देत असतो. पुढच्या अनेक पिढ्यांचे तो चेतनाकेंद्र बनलेला असतो. संभाजी महाराजांचे कार्य त्यांच्या मृत्यूने संपले नाही. तसे ते संपेल या आशेने औरंगजेबाने त्यांना ठार केले; पण त्याच्या आशेची निराशा झाली. महाराष्ट्रात संभाजी महाराजांचे कार्य दुप्पट-चौपट वेगाने वाढले.

आग्र्यास आपण शिवाजीराजास मारले नाही ही आपली चूक झाली, असे औरंगजेब म्हणतो. ही चूक सुधारण्यासाठी त्याने दुसरी घोडचूक केली. त्याने संभाजीराजास ठार केले! संभाजीराजास ठार मारले नसते तर कदाचित मराठ्यांचा मुलूख त्याला जिंकताही आला असता; पण ज्या अमानुषपणे त्याने मराठी राजाला ठार केले, त्याची वार्ता ऐकून अखिल मराठी समाज मधमाश्यांचे मोहळ डिवचले गेल्याप्रमाणे सुडाने, त्वेषाने व स्वातंत्र्य लालसेने मोगली फौजेवर तुटून पडला!

इथे महाराष्ट्राच्या भूमीत राजा व प्रजा यांच्यात अतूट असे हिंदवी स्वराज्याच्या निष्ठेचे नाते आहे, याचा दाहक प्रत्यय मराठ्यांनी बादशहाला आणून दिला. इतका की, ज्या भूमीस गुलाम करण्यासाठी तो दक्षिणेत धावून आला, त्याच भूमीच्या पुत्रांनी त्याच्याशी २६/२७ वर्षे संघर्ष करून त्यास आपल्या दफनभूमीचा इथेच शोध घ्यावयास लावले; ही मोगल पातशाहीची शोकान्तिका असली तरी ती मराठ्यांची अमर विजयगाथा आहे! या विजयगाथेचा पहिला व श्रेष्ठ मानकरी आहे - छत्रपती संभाजीराजा! त्याच्या बलिदानाच्या स्मृतीस अभिवादन करून आम्ही आमच्या लेखणीस विराम देत आहोत.

◆

संदर्भग्रंथ सूची

१. **मराठी रियासत :** मध्य विभाग - १ : गो. स. सरदेसाई - आवृत्ती दुसरी, मुंबई, १९२५

२. **छत्रपती संभाजी स्मारक ग्रंथ :** संपादक - डॉ. जयसिंगराव पवार, कोल्हापूर - ११९०

३. संपूर्ण गडकरी : खंड पहिला : महाराष्ट्र राज्य साहित्य संस्कृती मंडळ, मुंबई, १९८४

४. **मराठ्यांची बखर :** जेम्स ग्रँट डफच्या History of the Marathasचा कॅ. केपन डेव्हिड यांनी केलेला अनुवाद, १८५७

५. **मराठ्यांच्या सत्तेचा उदय :** न्या. म. गो. रानडे यांच्या Rise of the Maratha Power याचा प्रा. न. र. फाटक यांनी केलेला अनुवाद, आवृत्ती पहिली, मुंबई, १९६४

६. **मराठी रियासत :** उग्रप्रकृति संभाजी : गो. स. सरदेसाई, मुंबई, १९७५

७. **सभासद बखर :** कृष्णाजी अनंत सभासदविरचित छत्रपती श्री शिवाजीराजे यांची बखर : संपादक - शं. ना. जोशी पुणे, १९६०

८. **चिटणीस बखर (शिवाजी) :** मल्हार रामराव चिटणीसविरचित शककर्ते श्री शिवछत्रपती महाराज ह्यांचे सप्तप्रकरणात्मक चरित्र : संपादक - र. वि. हेरवाडकर, पुणे, १९६७

९. **चिटणीस बखर (संभाजी) :** मल्हार रामराव चिटणीसविरचित श्रीमंत छत्रपती संभाजी महाराज यांचे चरित्र : संपादक - र. वि. हेरवाडकर, मुंबई, १९७२

१०. **श्री छत्रपती संभाजी महाराज यांचे विचिकित्सक चरित्र :** वा. सी. बेंद्रे, आवृत्ती दुसरी, मुंबई, १९७१

११. **धर्मनिरपेक्षता आणि राष्ट्रीय एकात्मता :** डॉ. जी. एस. सूर्यवंशी, कोल्हापूर, १९८९

१२. **श्री शिवछत्रपती :** संकल्पित शिवचरित्राची प्रस्तावना, आराखडा व साधने : त्र्यं. श. शेजवलकर, मुंबई, १९६४

१३. **बुसातिन-उस-सलातिन :** फकीर महंमद झुबेरी, अनु. न. वि. पारसनीस, (विजापूरची आदिलशाही), संपादक - वा. सी. बेंद्रे, मुंबई, १९६८

१४. **परमानंद काव्यम् :** कवींद्र परमानंदकृत, संपादक- गो. स. सरदेसाई, बडोदा, १९५२
१५. **शिवपुत्र संभाजी :** डॉ. कमल गोखले, दुसरी आवृत्ती, पुणे, १९७१
१६. **शिवकालीन पत्रसारसंग्रह :** - संपादक - न. चिं. केळकर आणि द. वि. आपटे, पुणे, १९३०
१७. **शककर्ते शिवराय :** विजयराव देशमुख, खंड. २, दुसरी आवृत्ती, नागपूर, १९८६
१८. **श्रीशिवछत्रपतींची ९१ कलमी बखर** : संपादक - वि स. वाकसकर, पुणे, १९६२
१९. **शिवचरित्र प्रदीप :** संपादक - द. वि. आपटे आणि स. म. दिवेकर, पुणे, शके १८४७
२०. **हिंदवी स्वराज्य आणि मोगल :** पं. सेतु माधवराव पगडी, पुणे, १९६६
२१. **मराठे व औरंगजेब :** साकी मुस्तैदखानकृत मासिरे आलमगिरी, अनु.- पं. सेतुमाधवराव पगडी, पुणे
२२. **मोगल आणि मराठे :** भीमसेन सक्सेनाकृत तारीखे दिलकुशा, अनु. - पं. सेतुमाधवराव पगडी, पुणे, १९६३
२३. **आज्ञापत्र :** रामचंद्रपंत अमात्यकृत, संपादक – शं. ना. जोशी आणि ल. म. भिंगारे, पुणे, १९८८
२४. **पेशवे दप्तर :** खं. ३९, संपादक - गो. स. सरदेसाई, मुंबई
२५. **English Records on Shivaji :** Vol. II, Shiv Charitra Karyalaya, Pune, 1931
२६. **History of Aurangzib :** Vol. IV : Sir Jadunath Sarkar, Calcutta, 1952
२७. **History of Aurangzib :** Vol. V : Sir Jadunath Sarkar, Calcutta, 1952
२८. **Rise of the Maratha Power :** Justice M. G. Ranade, Publication Division, Delhi, 1966

◆

व्यक्तिनाम सूची

◆

www.ingramcontent.com/pod-product-compliance
Lightning Source LLC
LaVergne TN
LVHW092357220825
819400LV00031B/414
* 9 7 8 9 3 8 7 7 8 9 1 7 3 *